मनाच्या आरशात

प्रिया खैरेपाटील

#AnyoneCanPublish with

सकाळ प्रकाशन

#AnyoneCanPublish with
सकाळ प्रकाशन

Manachya Aarshat

© Priya khairePatil

मनाच्या आरशात
© प्रिया खैरेपाटील (मो. ९८५००२६९२७)

प्रथम आवृत्ती :
डिसेंबर २०२२

प्रकाशक :
सकाळ मीडिया प्रा. लि.
५१५, बुधवार पेठ, पुणे-४११ ००२

मुखपृष्ठ आणि सुलेखन : विपुल कुलकर्णी (आर्किटेक्ट)

मांडणी आणि मुद्रितशोधन : सारद मजकूर

ISBN : 978-93-95139-33-5

अधिक माहितीसाठी :
०२०-२४४० ५६७८ / ८८८८८४९०५०
sakalprakashan@esakal.com

माझी आई कै. उत्तमादेवी विठ्ठलराव जोंधळे

आणि

माझ्या सासूबाई कै. शारदा माधवराव खैरेपाटील

यांना अर्पण

अनुक्रमणिका

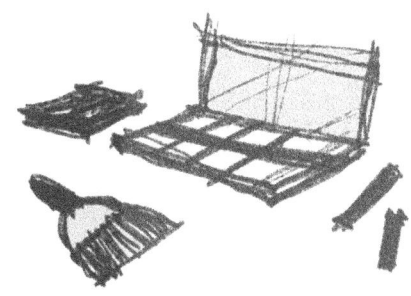

मनोगत

वाचनाच्या छंदात मन रमवताना, मनात उमटलेल्या भावना नकळतपणे कागदावर शब्दांच्या रूपात कधी उमटायला लागल्या हे मला कळलेच नाही. कथा, कविता तर कधी लेखाच्या माध्यमातून मनातले सारे कागदावर उतरवताना मिळालेल्या निर्मळ आनंदाचे क्षण, मग मी वेळोवेळी गोळा करत मनसोक्त आनंद उपभोगत राहिले.

सौंदर्यतज्ज्ञाच्या रूपात व्यवसाय करताना आलेल्या अनुभवांनी मनातला एक कप्पा भरायला लागला होता. नवऱ्याबरोबर संवाद साधताना, गप्पा मारताना, मनाच्या तळाशी दडी मारून बसलेले अनुभव मग हळूच डोके वर काढत आम्हा उभयतांना कधी हसवत, तर कधी विचार करायला प्रवृत्त करीत.

रोजच्या जगण्याच्या धावपळीत ह्या अनुभवांनी तर जीवनातल्या सुख दुःखाच्या क्षणांशी लढण्यासाठी ताकद मिळवून दिली. त्यांच्यामुळेच तर हे जीवन किती सुंदर आहे, त्याची प्रचिती मिळत गेली. आयुष्याचा सुंदरपट विनताना ह्या अनुभवांनी जीवनाला अर्थप्राप्त करून दिला. अनुभवाचे हे धडे मला शहाणे करत, शिकवत राहिले. त्यांच्या सकारात्मक उर्जेने मी भारावले गेले. अनुभवांच्या अनुभवलेल्या त्या क्षणांनी मनात भावनांचे असंख्य तरंग उमटू लागले होते.

मनात दाटून आलेले तरंग कागदावर उतरविण्यासाठी नवऱ्याने मात्र माझ्यापाठी लागत अनुभवांच्या संचिताचे पुस्तक काढण्यासाठी खूप प्रोत्साहन आणि बळ दिले. त्याच्याचमुळे मीही धाडस करीत अनुभवांच्या संचिताचे पुस्तक काढण्यापर्यंतची मजल मारू शकले.

पुस्तकाचे लिखाण झाल्यावर प्रसंगांनुरूप अनुभवांना न्याय देत योग्य समर्पक शीर्षके

सुचवून लेख अधिक उठावदार करण्याच्या कामात माझी बहीण प्राध्यापिका निशा कड हिच्याकडून मिळालेल्या सहकार्याबद्दल तिला खूप खूप प्रेम. पुस्तकाचे मुखपृष्ठ तसेच लेखातील अनुभव, प्रसंग आपल्या चित्रांद्वारे अधिकाधिक प्रभावी करणारे कलाकार आर्किटेक्ट विपुल कुलकर्णी यांचे मनापासून आभार. माझ्या लेखांमधील अनुभव ज्यांच्यामुळे मला अनुभवयास मिळाले, त्या माझ्या ग्राहकवर्गास खूप खूप धन्यवाद! माझी आई उत्तमादेवी, बाबा विठ्ठलराव जोंधळे, बहीण, (प्रीती व स्वाती) भाऊ (गिरीश), माझे सासू-सासरे (शारदा- माधवराव खैरेपाटील), दीर (धैर्यशील खैरेपाटील) जाऊ (माधवी), पुतण्या (वेदांग) यांचं प्रेम, विश्वास, प्रोत्साहन, टिका, आधार कौतुक हे माझ्यासाठी खूप महत्त्वाचं आणि अमूल्य आहे.

माझ्या लेखनाचा पहिला वाचक, टिकाकार तसंच मला लेखनासाठी प्रोत्साहन देणारा, वेळोवेळी मार्गदर्शन करणारा माझा नवरा अजय खैरेपाटील याचे आभार कसे मानू? माझ्यावर निरपेक्ष प्रेम करणारा, पुस्तकाच्या मुखपृष्ठापासून पुस्तक अधिकाधिक पद्धतीने आकर्षक कसे होईल, याची काळजी घेत त्याची मांडणी, तांत्रिक बाजू सांभाळणारा माझा मुलगा आर्किटेक्ट रोनित याच्याशिवाय मी अपूर्ण आहे.

सगळ्यात शेवटी 'सकाळ प्रकाशना'च्या सर्व सहकाऱ्यांमुळे हे सुंदर पुस्तक आपल्या हाती येते आहे.

तुम्हा वाचकांशिवाय माझ्या या लेखन प्रपंचाला शोभा येणार नाही. माझा हा लेखनाचा प्रयत्न आपल्या पसंतीस उतरेल, अशी आशा करते. माझ्या कुटुंबाच्या साक्षीने आणि आशीर्वादाने आता हे पुस्तक तुमच्यासाठी...

– सौ. प्रिया खैरेपाटील

या पुस्तकाच्या विक्रीतून लेखिकेस मिळणाऱ्या मानधनाचा विनियोग अंध विद्यार्थ्यांच्या शिक्षणासाठी केला जाईल.

SAAJ
Beauty Parlour

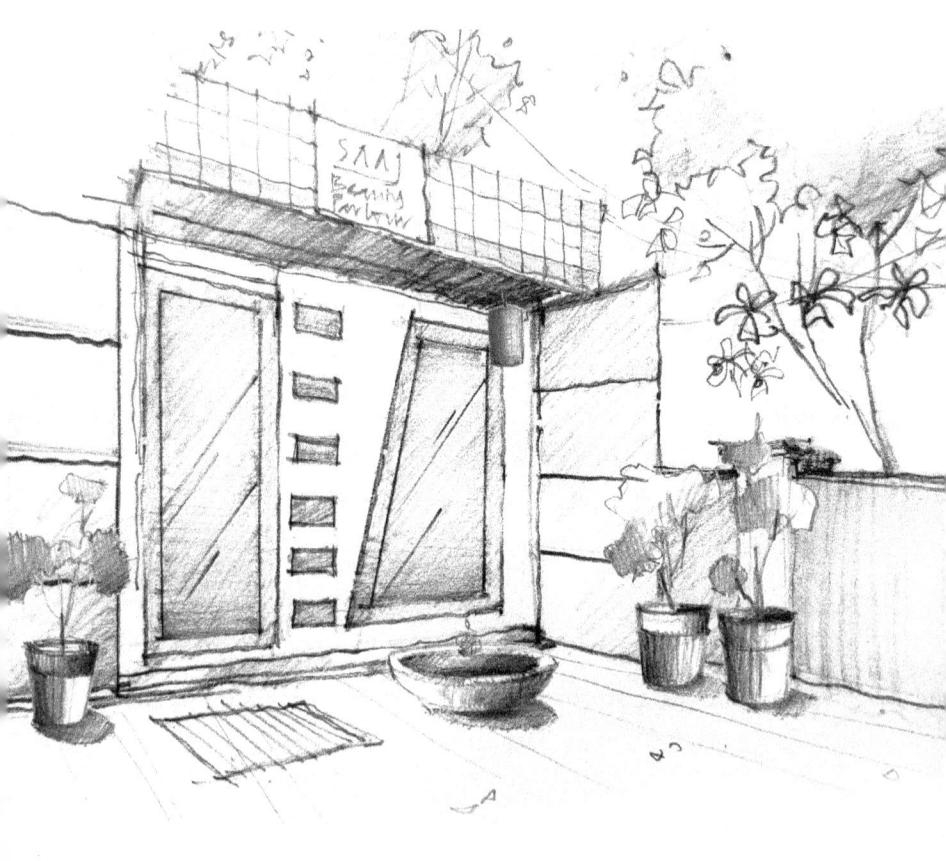

नव्या वाटा नवी वळणे

१५ ऑगस्ट १९९३. तो दिवस आजही माझ्या डोळ्यासमोर जसाच्या तसा उभा राहतो. मनामध्ये आनंद तर होताच; पण कुठेतरी एक प्रकारची हुरहुरही दाटून आली होती. कारणही तसे विशेष होते. त्यादिवशी मी घरातल्याच एका खोलीमध्ये माझ्या स्वतःच्या व्यवसायाचा श्रीगणेशा करत होते. जवळच्या मित्रमंडळींना आणि नातेवाईकांना बोलावून आम्ही त्यांच्या साक्षीने त्याचा शुभारंभ करत होतो. कार्यक्रमाला जमलेल्या काहींनी, अरे वा! काहीतरी नवीन व्यवसाय करताय, म्हणून मनापासून अभिनंदन केले, तर काहींनी हा कुठला भलताच व्यवसाय सुरू केला, म्हणून नाकही मुरडले. या दोन्ही प्रतिक्रिया झेलताना माझ्या मनात मात्र असंख्य आंदोलने सुरू होती. आपण करतोय ते बरोबर की चूक या हिंदोळ्यावर मन सारखे झुलत होते. काळाच्या बरोबर धावणारे, अनेक मोठमोठ्या संधी उपलब्ध असणारे कॉम्प्युटर सायन्ससारखे शिक्षण घेतल्यानंतरही आपण चुकीचा मार्ग तर निवडत नाही ना? असे द्वंद्व मनात सुरू होते. तरीही लहानपणापासून मनात रुजलेली आवड आणि घरच्या मंडळींचा पूर्ण पाठिंबा यामुळे सर्व नकारात्मक विचारांवर विजय मिळवून अखेर हा दिवस उजाडला आणि मी उत्साहाने माझ्या ब्युटीपार्लरच्या व्यवसायाला प्रारंभ केला.

मी व्यवसाय सुरू केला, तेव्हा म्हणजे १९९३ मध्ये, ब्युटीपार्लरची संकल्पना नुकतीच मूळ धरत होती. स्त्रियांचा ब्युटीपार्लरमध्ये जाण्याचा कल हळूहळू वाढू लागला होता; परंतु तरीसुद्धा ह्या व्यवसायाला म्हणावी तशी समाजमान्यता किंवा लोकप्रियता लाभली नव्हती. ब्युटीपार्लरमध्ये जाऊन केस कापणे, तसेच ब्युटी ट्रिटमेंटविषयी मर्यादित स्वरूपातली माहिती, एवढेच सगळ्यांना माहीत असल्याने हा काही प्रतिष्ठित व्यवसाय होऊ शकत नाही, असा सर्वांचा ग्रह होता. स्त्रियांच्या सौंदर्याची आणि शरीराची शास्त्रीयदृष्ट्या काळजी घेण्यासाठी, त्यांच्या सौंदर्याची जोपासना करण्यासाठी, ब्युटीपार्लर ही संकल्पना त्यावेळी आपल्याकडे रुजली नव्हती. अशावेळी या व्यवसायात मी पाऊल ठेवले आणि आज २७ वर्षांनंतर 'साज' ब्युटीपार्लरच्या मनाजोगत्या यशाबरोबरच खूप समाधान आणि अनेक अनुभवांच्या शिदोरीने समृद्ध झाले, याचा मला अतिशय आनंद होत आहे. या शिदोरीतल्या काही अनुभवांचे चित्रण आपल्यापुढे मांडण्याचा हा एक छोटासा प्रयत्न. हे अनुभव आपल्या नेहमीच्याच जगण्यातले आहेत. **पार्लरच्या निमित्ताने या अनेक वर्षांत वेगवेगळ्या आचारविचारांच्या आणि वेगवेगळ्या वयांच्या स्त्रियांबरोबर संपर्क आल्यामुळे मला त्यांचे प्रश्न, त्यांचा**

आनंद, दुःख या गोष्टी जवळून पाहता आल्या. त्यांच्याबरोबर संवाद साधताना त्यांच्या भावविश्वाचे जवळून निरीक्षण करता आले. त्यातलेच हे काही अनुभव. यातून तुम्हाला माणसांच्या सहज प्रवृत्तींचे दर्शन घडेल. काही गमती वाचताना तुम्ही खळखळून हसाल, तर काही वाचताना अंतर्मुख व्हाल. शेवटी 'व्यक्ती तितक्या प्रवृत्ती' हेच खरे! आणि हो, सर्वसाधारण वाचकाप्रमाणे माझे हे अनुभवाचे संचित एखाद्या ब्युटीपार्लरचा व्यवसाय सुरू करणाऱ्या होतकरू तरुणीलाही नक्कीच उपयोगी पडेल. अजून एक - शक्य तेव्हा माझ्या सुंदर मैत्रिणींना अधिक सुंदर करण्याच्या माझ्या छंदामुळे मी या पुस्तकात शेवटी काही सौंदर्यवर्धक माहिती दिली आहे. तिचाही तुम्हाला जरूर फायदा होईल. चला तर मग, आता काही किस्से आणि आठवणींमध्ये फेरफटका मारू या.

सुरुवातीला सांगितल्याप्रमाणे घरातच एका खोलीत मी छोटेखानी ब्युटीपार्लर सुरू केले. सुरुवात केल्यावर लगेचच शेजारच्या दोन महिलांनी पार्लरमध्ये येऊन माझ्या कामाचा खऱ्या अर्थाने शुभारंभ केला. त्यांचा माझ्या कामावरचा विश्वास मला खूप ऊर्जा देऊन गेला आणि आनंदाची गोष्ट म्हणजे पुढेही कायमच त्या माझ्या क्लायंट राहिल्याच ; पण त्यांचे संपूर्ण कुटुंब, नातलग माझे क्लायंट झाले. माझे पार्लरचे ठिकाण बदलले, त्यांचे राहण्याचे ठिकाण बदलले, पण जोपर्यंत मी पार्लर चालवत होते, तोपर्यंत त्या माझ्याकडेच येत राहिल्या. याचे समाधान खूप मोठे आहे. **आयुष्यात पैसा येतो जातो, माणसे येतात जातात ; परंतु आपण करत असलेले काम आवडल्यामुळे माणसे आपल्याशी जोडली जातात, तेव्हा आपले काम अधिकाधिक जोमाने, कौशल्याने, उत्तम प्रकारे करीत राहण्याची प्रेरणाच जणू आपल्याला मिळत राहाते.**

ब्युटीपार्लरचा व्यवसाय तर सुरू केला, पण तो वाढवण्यासाठी प्रयत्न करणे आवश्यक होते. मग मी मेहंदी काढण्याचे, सिरॅमिक पॉटरी या कलांचे प्रशिक्षण देणे सुरू केले. या निमित्ताने अनेक जणी माझ्याकडे येत व आपोआपच ब्युटीपार्लरच्या व्यवसायाची जाहिरात होई. हळूहळू ग्राहक महिलांचे प्रमाण वाढू लागले. एके दिवशी माया, या माझ्या बाहेर गावच्या एका क्लायंटनी एक वेगळाच प्रस्ताव माझ्या समोर ठेवला. त्यांच्या नात्यातल्या सपना या मुलीला मी ब्युटीपार्लरचे प्रशिक्षण देईन का? असे त्या विचारत होत्या. खरे तर ही गोष्ट माझ्यासाठी खूपच अनपेक्षित होती. नुकतीच कुठे माझ्या व्यवसायाची सुरुवात झाली होती. मीच हळूहळू शिकत, काम करत होते. त्यांची मागणी ऐकून मी विचारात पडले. पुण्यात तेव्हा काही मोजक्याच संस्था हे प्रशिक्षण देत होत्या ; परंतु घराजवळ असणे आणि काम करण्याच्या माझ्या पद्धतीमुळे त्यांच्या मनात माझ्याबद्दल निर्माण झालेला विश्वास, यामुळे त्या मलाच आग्रह करत होत्या. त्यांच्या या आग्रहामुळे मी पण धाडस करायचे ठरवले. अशा प्रकारे मला पहिली विद्यार्थिनी मिळाली. सपनाला शिकवताना माझ्याही

ज्ञानाचा कस लागला. लहानपणापासून मला शिकविण्यात गोडी असल्याने, कुठलाही विषय मी अगदी समरसून, समोरच्याला अगदी सोपा करून शिकवायचे. त्यामुळे हे प्रशिक्षण देणे मला अगदी आवडून गेले. माझी ही पहिली विद्यार्थिनीसुद्धा खूप मनापासून शिकली. **सपनाच्या हाती प्रशिक्षणाचे सर्टिफिकेट देताना झालेला आनंद, नवीन जबाबदारीची झालेली जाणीव, मला खूप काही शिकवून गेली. अर्थात त्यानंतर अनेक विद्यार्थिनींना शिकविले, पण थोडे कष्ट घेऊन प्रत्येक संधी स्वीकारली पाहिजे,** हे मात्र मला या पहिल्या विद्यार्थिनीने शिकविले. खूप वर्षांनंतर एक दिवस पार्लरमध्ये अचानक येऊन सपनाने मला याची आठवण करून दिली. तिचा या क्षेत्रात छान जम बसलेला पाहून मला खूप आनंद झाला.

व्यवसाय हळूहळू वाढत चालला होता. कालांतराने जागा अपुरी पडायला लागली, तेव्हा घरासमोरच भाडेतत्त्वावर जागा घेऊन त्या जागेत व्यवसाय स्थलांतरित केला. घराच्या समोरच जागा मिळाल्यामुळे घर आणि व्यवसायाचे व्यवस्थापन करण्यात सुलभता आली. याच दरम्यान एका मुलाची आई झाल्यामुळे धावपळ वाढली होती. पण ही कसरत पेलताना घरातल्या वडिलधाऱ्या मंडळींची खूप मदत झाली. सासूबाईंनी मुलाला सांभाळण्याच्या जबाबदारीत मोलाचा वाटा उचलल्यामुळे मला व्यवसायाला व्यवस्थित वेळ देता आला. एकीकडे पार्लरमध्ये प्रत्येकाच्या वेगवेगळ्या अपेक्षा दररोज अनुभवायला येत होत्या. माझ्या ज्ञानात त्यामुळे भरच पडत होती; त्याशिवाय वेगवेगळे सेमिनार्स, वर्कशॉप्स यांना उपस्थित राहून मी वेगवेगळी तंत्रे शिकून माझे ज्ञान अद्ययावत करत होते. कालांतराने ही भाडेतत्त्वावर घेतलेली जागाही अपुरी पडल्याने, जवळच जागेची शोधाशोध करून स्वतःच्या जागेत पार्लर स्थलांतरित केले. घरातून सुरू झालेला हा व्यवसाय स्वतःच्या जागेत स्थलांतरित करताना वेगळाच आनंद व अभिमान वाटला.

एक गोष्ट इथे आवर्जून सांगावीशी वाटते. आपल्याला एखादा व्यवसाय सुरू करावयाचा असतो, तेव्हा त्या विषयातली सखोल माहिती, मार्गदर्शन घेऊन कुठेतरी थोडे दिवस नोकरी करून, त्या विषयातील तज्ज्ञांच्या हाताखाली थोडे दिवस काम करावे आणि मगच आपल्या व्यवसायाला सुरुवात करावी. यामुळे नोकरीतील ज्ञानाचा, अनुभवाचा फायदा आपल्याला व्यवसाय उत्तमप्रकारे करण्याकरिता उपयोगी पडतो. मीसुद्धा या विषयातला कोर्स पूर्ण करून नोकरी करण्याचा विचार करत होते; परंतु काही कारणास्तव नोकरी न करता आल्यामुळे लगेचच व्यवसाय करण्याचे ठरविले. त्यामुळे व्यवसाय करताना मला अनेक छोट्या-मोठ्या समस्यांना सामोरे जावे लागले. त्या समस्या कदाचित मी जर आधी कोठे नोकरी केली असती, तर अधिक चांगल्या प्रकारे हाताळता आल्या असत्या, असे मला नेहमी वाटते. *व्यवसायाची सुरुवात करणाऱ्यांना तर माझे नेहमीच सांगणे आहे, की शिक्षण किंवा कुठलाही कोर्स केल्यावर व्यवसाय करताना*

आधी कमीतकमी सहा महिने ते वर्षभर कामाचा अनुभव घेऊन मगच आपल्या व्यवसायास प्रारंभ करावा.

ब्युटीपार्लर सुरळीतपणे सुरू झाले आणि हळूहळू माझे नियमित येणाऱ्या क्लायंटबरोबर ओळखीचे, जिव्हाळ्याचे नाते निर्माण झाले. या स्नेहाच्या नात्याचे अनेक सुमधुर अनुभव मला मिळत गेले आणि यामुळे व्यावसायिक जीवनाचा एक सुंदर पट विणला गेला. याबद्दल मी माझ्या सर्व सख्यांची नेहमीच ऋणी राहीन. अर्थात मनुष्य स्वभाव म्हटले. की काही अधिक उणे असणारच. त्यामुळे क्वचित काही आश्चर्य वाटण्याजोगे, क्लेशदायक असेही प्रसंग आले. त्या अनुभवांनीही मला खूप शिकवले. कधी भिडस्त स्वभावाचे तोटे सहन केले, तर कधी काही अनुभवांच्या शिकवणीतून हळूहळू व्यवसायात, व्यावसायिकता आणण्यातही यशस्वी झाले. स्वभावाचा गैरफायदा घेणाऱ्या व्यक्तींना वेळीच ओळखून त्यांच्यापासून सावध राहू लागले. अशा अनेक अनुभवांच्या कथांची ही छोटीशी सफर.

माणसांतले माणूसपण

नेहा नेहमी तिच्या दोन छोट्या मुलींना केस कापायला घेऊन येत असे. सतत बडबड आणि जोरजोरात हसणे ही नेहाची सवय. तिच्या मुली हर्षा आणि वर्षा भयंकर खोडकर. एका जागी कधीच शांत बसत नसत. त्यामुळे नेहाचा फोन आला, की आम्ही जास्त गर्दीची, गडबडीची वेळ टाळून तिला अपॉइंटमेंटसाठी वेळ देत असायचो. जेणेकरून इतरांना तिचा त्रास होऊ नये. मुली ज्यावेळेस पार्लरमध्ये येत, तेव्हा आम्ही सगळ्याजणी तयारीत असायचो. मुली आल्या की सगळ्या वस्तूंना हात लावून खाली जमिनीवर मांडून ठेवत. त्यामुळे त्यांनी हात लावू नये अशा गोष्टी आम्ही आधीच उचलून वर ठेवायचो. वर्षाचे केस कापण्याचे काम सुरू असताना माझ्या दोन साहाय्यक हर्षाच्या मागेमागेच असत. जेणेकरून आमचेही काही नुकसान होऊ नये आणि तिलाही काही इजा होऊ नये. नेहा मात्र हसत हसत, मजेत मला मुलीच्या केसांबद्दल सारख्या सूचना करण्यात गढलेली असायची, तर एकीकडे हर्षा-वर्षाची गडबड आणि नेहाच्या नॉनस्टॉप सुचना ऐकून केस व्यवस्थित कापण्याचे कसब आमलात आणताना आमची खूप तारांबळ उडत असायची. अखेर त्यांचे सर्व काम करून त्या पार्लरमधून जात, तेव्हा एखादी लढाई जिंकल्याचा आनंद आम्हाला व्हायचा. त्यानंतर पुढचे कुठलेही काम करण्याची ताकद मिळवायला काही कालावधी जाऊ द्यावा लागायचा. असे अति उत्साही, अति एनर्जीवाले क्लायंट सांभाळता सांभाळता आणि त्यांना न दुखावता त्यांचे काम करून देण्यात आमची मात्र दमछाक व्हायची.

असे खूप दिवस आम्ही त्यांना सांभाळून त्यांचे काम केले. नंतर नेहाने मला मुली थोड्या मोठ्या झाल्यावर सांगितले, की माझ्याकडे येण्याअगोदर बऱ्याच पार्लरमध्ये तिचे आणि मुलींचे केस कापण्याचे काम त्यांच्या स्वभावामुळे करून देत नसत. पण मी, तिला आणि तिच्या मुलींच्या खोडकर स्वभावाला सांभाळून नेहमीच व्यवस्थित काम करून देत आले. त्यामुळे तुमचे आभार कसे मानावे हेच कळत नाही, असेही ती म्हणाली. नंतर मुली मोठ्या झाल्यावरही माझ्याकडे येत. त्यावेळी नेहा त्यांना तुम्ही लहान असताना किती त्रास देत होतात हे कायम सांगायची आणि माझे कायम आभार मानायची. असे काम करताना प्रत्येक क्लायंटच्या गरजा, त्यांचे स्वभाव यांच्याशी मिळतेजुळते घेत काम चालायचे. कधीकधी खूप त्रासदेखील व्हायचा; परंतु **समोर उभ्या ठाकलेल्या कोणत्याही प्रसंगात व्यवस्थित काम करून देण्याच्या आमच्या कार्यपद्धतीला आमचे क्लायंट नेहमीच नावाजत. त्यामुळे व्यावसायिक संबंध**

तर दृढ झालेच, पण त्याचबरोबर अनेकांशी जिव्हाळ्याचे नाते तयार झाले. माणसांतले माणूसपण जपत केलेला माझा व्यवसाय कायम वृद्धिंगत होत राहिला. व्यवसायात अनेकांचे आशीर्वाद आणि प्रेमळ सहवास लाभल्याने माझे जीवन समृद्ध होत राहिले.

=◉=

जो दुसऱ्यावरी विसंबला

गर्भश्रीमंत मिताली नेहमी तिच्याबरोबर तिची आई तसेच त्यांच्या सेविकेला घेऊन यायची. हेअरकट किंवा कोणताही सौंदर्योपचार करताना आधी त्या दोघींना विचारत असे. मला तिचे हे वागणे नेहमीच खटकायचे. कारण तिला काय करायचे किंवा काय करायचे नाही ह्याचा निर्णय घेण्याइतपत ती नक्कीच हुशार होती. पण मितालीचे सारखे-सारखे दुसऱ्यांवर अवलंबून निर्णय घेणे, मला जरा चमत्कारिक वाटायचे. **उपजतच स्त्रियांकडे निर्णय घेण्याची हुशारी, क्षमता असते. त्यामुळे आपल्या मन आणि बुद्धीच्या जोरावर आपण आपले निर्णय घ्यायला सक्षम असतो. नव्हे प्रत्येकीला आपल्यासाठी काय योग्य, अयोग्य आहे याचे निर्णय घेता आलेच पाहिजेत.** इतरांच्या बुद्धीने, इतरांच्या मागेपुढे करण्यावर तुमचे निर्णय अवलंबून असतील, तर त्यांच्या बुद्धीच्या कुवतीप्रमाणे तुम्ही तुमचे आयुष्य पणाला लावता आणि त्यात किती शहाणपण आहे हे सांगायलाच नको.

पैसा ये पैसा

कधीकधी काही महिला त्यांची पर्स, घाईगडबडीत घरी विसरून येत असत. आल्यावर त्या हे सांगायच्या, तेव्हा आम्ही त्यांना समजून घेऊन पैसे न घेता काम करून देत असू. त्यांपैकी काही जणी आठवणीने लगेच पैसे आणून देत; परंतु काही जणी विसरून जात. मग नाइलाजाने काही काळाने त्यांना आठवण करून फोन करायचो, तेव्हा त्यांचे उत्तर असायचे, 'हो का? पैसे राहिले का माझे? लक्षातच नाही बघा.' तेव्हा मला काय उत्तर द्यावे हे कळत नसे. कधीकधी आम्ही लगेच आठवण करून दिली, की काहीजणी म्हणत, 'अगं काय हे, आम्ही काय पळून जाणार आहोत का? आम्ही तुझ्याचकडे येतो कायम!' आता अशाही उत्तरावर मला काय बोलावे कळत नसे. व्यवसाय करताना हळूहळू थोडेसे कठोर होत, वेळीच अशा क्लायंटला ओळखून पार्लरच्या नियमांत काही बदल केले.

खरेच, पैसा कमावणे ही अत्यंत आनंदाची गोष्ट. व्यवसाय करताना पैसे तर मिळालेच; शिवाय यामुळे चार भिंती पलीकडचे जग बघण्याची संधीही मिळाली. आपल्या अंगी असलेले कौशल्य वापरून, हक्काचे पैसे मिळविण्यासाठी केलेली धडपड, त्यासाठी निवडलेल्या मार्गामुळे स्वतःच्या कष्टाने कमावलेल्या पैशांनी मानसिक समाधानाबरोबरच आत्मविश्वासही मिळवून दिला. आर्थिक स्वातंत्र्याचा उपयोग आणि उपभोग घेताना, पैसे कमविणे, पैशांची योग्य प्रकारे बचत किंवा पैशांचे व्यवस्थापन करताना, आयुष्यात पैशांकडे कशा मानसिकतेने पाहात सुख-शांती, समाधान मिळवावे हेही वेळीच लक्षात आले. त्यामुळे आर्थिक स्वावलंबनाची ही वाट आयुष्य समृद्ध करत राहिली.

=◉=

मन में है विश्वास

सुंदर, सुशिक्षित, सालस स्वभावाच्या डॉक्टर राधिका ह्या नेहमीच शांत, संयमी स्वरात संभाषण करत. त्या मला नेहमीच म्हणत, की 'मला सुंदर करण्यात तुझा खूप मोलाचा वाटा आहे.' त्यांची ब्युटीशियन अर्थात मी आणि त्यांची फॅशन डिझायनर अशा आम्हा दोघींची नावे योगायोगाने एकच असल्यामुळे त्या मला कायम म्हणत, 'माझ्या आयुष्यात तुम्हा दोघींचे स्थान खूप महत्त्वाचे आहे. कारण त्यातली एक मला सुंदर सजवते, तर दुसरी म्हणजे तू माझ्या मरगळलेल्या, थकलेल्या, मनात-शरीरात नवचैतन्य निर्माण करतेस. जसा फुग्यात हेलियम भरला की तो आकाशात उंच उडतो, तसेच तुझ्याकडे येऊन गेल्यावर मी अगदी ताजीतवानी, हलकी होऊन घरी जाते आणि माझ्या उंच उंच आकाशात उडायला, म्हणजेच माझ्या ऑपरेशन थिएटरमध्ये आजारापासून पेशंटला वाचवायला तयार होते. बरेचदा त्यांची नाइट ड्युटी संपवून घरी जाण्यापूर्वी त्या अगदी सकाळची पहिलीच अपॉइंटमेंट घेऊन पार्लरमध्ये येऊन हेडमसाजसाठी अगदी आतुरतेने खुर्चीत स्थानापन्न होत. सर्व काही आमच्यावर सोपवून अगदी निश्चिंत मनाने ब्युटी ट्रीटमेंट घेत. आपण कितीही उच्चशिक्षित असलो, तरी समोरच्याच्या ज्ञानाचा आदर करून त्याच्यावर विश्वास ठेवून त्यांच्या कामात ढवळाढवळ न करता त्यांना त्यांच्या पद्धतीने काम करू देण्याचा डॉक्टर राधिकांचा स्वभाव मला नेहमीच आवडायचा. **तुम्ही जे सुचवाल आणि कराल ते माझ्यासाठी कायम चांगलेच असेल, ह्या त्यांनी माझ्यावर दाखवलेल्या विश्वासामुळे, तसेच त्यांच्यासारख्या अशा असंख्य क्लायंट्समुळे मला नेहमीच चांगले काम करत राहण्याची प्रेरणा मिळत गेली.**

चिंता ही जुलमी गडे

एकदा नेहमीप्रमाणे आमची रोजची कामे सुरू होती. मी माझ्या कामात गर्क असताना प्रज्ञा मॅडमचे आगमन झाले. त्यांना दिलेल्या वेळेनुसार त्या आल्या होत्या. आल्या आल्या त्यांचे स्वागत करून त्यांना थोडावेळ स्थानापन्न व्हायला सांगितले. हाशहुश करत त्या एकदाच्या बसल्या. त्यांचे जे काम करायचे होते, ते करण्यासाठी माझ्या स्टाफने तयारी सुरू केली. पण आज काही त्यांचा मूड औरच होता. आज त्या थोड्या चिडलेल्या वाटत होत्या. कारण मुलींशी थोड्याशा रागावूनच बोलत होत्या. थोड्याच वेळात आम्ही त्यांचे फेशियल सुरू करणार होतो. पण त्यांचा एकूण रागरंग पाहून माझ्या हातातले काम संपवून मी त्यांच्याशी थोडावेळ बोलायचे ठरवले. तेव्हा हळूहळू धुसफुसत त्या मला सांगू लागल्या. 'अहो, मुलाने घरी श्वानाचे पिल्लू आणले आहे. पण मुलगा रोज कामावर निघून गेल्यावर त्या पिल्लाची काळजी मलाच घ्यावी लागते.' (आत्ता त्यांच्या चिडचिडीचे खरे कारण बाहेर आले.) त्याला फिरवून आणणे, त्याचे खाणे, त्याची स्वच्छता ह्या सगळ्या गोष्टींमुळे त्यांना अकारण त्रास होत होता; शिवाय त्यांनी मला अजून एक मजेशीर कारण सांगितले. त्यांचा श्वान बेडशीट, चादरी तोंडात धरून फाडायचा. त्यामुळे त्या त्याच्यावर जाम वैतागल्या होत्या. एकूण त्यांची मुलाबद्दलची आणि त्यांच्या घरी आलेल्या अनाहूत पाहुण्या श्वानाबद्दलची चिडचिड, राग त्यांनी माझ्याजवळ व्यक्त केला, तेव्हा त्यांच्याशी थोडे समजुतीने बोलून त्यांना शांत करून मगच फेशियलला सुरुवात केली. मन स्थिर झाल्यावर केलेल्या फेशियलमुळे त्यांना खरोखर खूप छान वाटले. त्यांच्या मनात तयार झालेला ज्वालामुखी हळूहळू शांत झाला आणि आम्हाला आमचे काम नीट करून त्यांच्या शरीर-मनाला आराम देता आला. अशाप्रकारे **मनात खदखदत असलेल्या रागाच्या ज्वालामुखीचा लाव्हारस बाहेर पडतो, तेव्हा त्या व्यक्तीच्या मनावर हळुवार फुंकर घालून त्यांच्याशी जवळीक साधत आम्हाला आमचे काम पार पाडावे लागते. नव्हे, मला तर असे वाटते की एक प्रकारे आम्ही जशी त्यांच्या शरीराची काळजी घेतो, तशीच त्यांच्या मनाला ग्रासणारी काळजी, चिंता त्यांच्याशी बोलून हलकेच काढून घेतो आणि त्यांना मोकळे करतो. शरीराबरोबरच मनाला ही टवटवीत करून मगच आमचे काम पूर्ण होते.** अर्थात, त्यादिवशी आम्ही पूर्ण वेळ त्यांचे श्वानपुराण ऐकत होतो, हे वेगळे सांगायला नकोच.

=◉=

बडबडीचा धबधबा

माझे काही क्लायंट्स खूप शांत, समंजस होते, तर काही अगदी ह्याच्याविरुद्ध. सतत अस्वस्थ असणारे, आल्याबरोबर पार्लरमध्ये जोरजोरात आवाज करून सगळ्यांचे लक्ष आपल्यावरच कसे राहील याचा प्रयत्न करणारे. याबाबतीत प्राची अगदी लक्षात राहील अशी. पार्लरमध्ये आल्याबरोबर अगदी जोशातच तिला काय काय करायचे आहे, ते सांगून आपल्या तोंडाची टकळी अखंड सुरू ठेवून ती आपल्या आवाजाने पार्लर दणाणून सोडायची. तिने पाहिलेला नवीन सिनेमा, मग त्यातल्या तिला खटकलेल्या गोष्टी, राजकारण, यू-ट्युब असे कितीतरी विषय, की ज्यावर तिचा राग ओसंडून वाहायचा. अगदी पार्लरमध्ये यायला निघायच्या वेळेसच नेमका एसी दुरुस्त करणारा कसा आला, यावर सुरू झालेली गाडी मग घरातली सगळी कामे मलाच अशी करावी लागतात ह्यावर वळायची. पण मला नेहमीच असे वाटत आले आहे, की अशा व्यक्ती त्यांचे मुद्दे किंवा मत मांडतात, तेव्हा नकळत मीसुद्धा त्या गोष्टी पडताळून पाहते आणि त्यानिमित्ताने खरोखरच मलासुद्धा त्या गोष्टींचे चांगले-वाईट मुद्दे लक्षात येतात. त्यामुळे अशा सतत व्यक्त होत राहणाऱ्या क्लायंट्समुळे माझ्या मनातले विषयसुद्धा नकळत तपासून बघता आले, त्यांचा गुंता सोडवता आला.

नको नको म्हणताना

कधीकधी क्लायंट्स आम्हाला अगदी पेचात टाकत. काही क्लायंट्स हेअरकलरसाठी खुर्चीत स्थानापन्न झाले, की मुली त्यांना त्रास होऊ नये म्हणून त्यांच्या केसांतील गुंता हळुवारपणे काढण्याचा प्रयत्न करत, तेव्हा त्या अतिशय अस्वस्थ होऊन आम्हाला म्हणत, 'जोपर्यंत तुम्ही जोरजोरात केसांत कंगवा फिरवणार नाही, तोपर्यंत मला तुम्ही माझे काही काम करता आहात, असे वाटणार नाही.' मग आमच्यापुढे पेच निर्माण व्हायचा की केसातला गुंता हळुवारपणे काढायचा की जोरजोरात, अगदी डोके हलवून हलवून काढायचा. काही क्लायंट्स अगदी ह्याच्या विरुद्ध असत. माझ्याकडे नियमितपणे हेअरकटसाठी येणाऱ्या डॉक्टर संजना, हेअरकटसाठी खुर्चीत बसत तेव्हा मुली केसांवर पाणी शिंपडताना किंवा विंचरताना त्या सारख्या हळुवारपणे म्हणत, 'नको नको, असे जोरात केस विंचरले नाही तरी चालेल, पाणीही जास्त नको.' (अहो मग आम्ही केस कसे कापणार?) मग केस कापून झाल्यावर तर 'अगं, ड्रायरने केसांचे सेटिंग अजिबात करू नकोस. तसेच राहू दे', असे म्हणून मला आधीच तंबी देऊन ठेवत. त्यामुळे केसांवर कंगवा कमीतकमी फिरवून त्यांचा चांगला हेअरकट करणे म्हणजे माझी 'धरले तर चावते आणि सोडले तर पळते' अशी अवस्था व्हायची. बरे, डॉक्टरबाईंना मी काय सांगणार? त्यामुळे त्यांच्या सूचना ऐकणे मला क्रमप्राप्तच होते. बरे, आमच्या ह्या डॉक्टर क्लायंट ऑपरेशन थिएटरमध्ये मात्र त्यांच्या पेशंटवर भराभर शस्त्र चालवल्या शिवाय का ऑपरेशन करत असतील? परंतु आम्हाला मात्र 'नको, मला हे सहन होत नाही, ते सहन होत नाही' असे बोलून आमची शस्त्रे म्यान करायला लावत. अजून एक गंमत म्हणजे, त्या घरीच केस रंगवत असत आणि तोसुद्धा फक्त समोरून देत. मागचे केस तसेच पांढरे. त्यांना किती वेळा सांगितले, 'अहो, हे 'ब्लॅक ॲण्ड व्हाइट कॉम्बिनेशन' चांगले दिसत नाही. त्यावर त्या म्हणाल्या, **'अगं हॉस्पिटलमध्ये माझ्यासमोर रुग्ण बसलेला असतो, त्याला मागचे काही दिसत नाही.' त्यांचे ते अजब तत्त्वज्ञान ऐकून माझी मात्र हसून हसून पुरेवाट होत असे.** (अहो, पण तुम्ही समाजात सगळीकडे वावरताना सगळ्यांना मागचे केससुद्धा दिसतात त्याचे काय?) तर अशा हॉस्पिटलमध्ये रुग्णांवर शस्त्रक्रिया करणाऱ्या पण केसांवर कंगवा, ड्रायरही सहन न करणाऱ्या 'ब्लॅक ॲण्ड व्हाइट कॉम्बिनेशन'चे केस मिरवणाऱ्या डॉक्टरबाईंना मी कसे आणि काय समजून सांगू ह्या पेचात नेहमी पडायचे.

घरात लग्न किंवा काही विशेष कार्यक्रम असला, की माझ्याकडे एकाच कुटुंबातल्या

बऱ्याच महिला व मुली येत. त्यातल्या काहीजणींची तर पार्लरमध्येच एकमेकींशी निवांत गाठभेट व्हायची. तेव्हा त्यांच्या गप्पा, चर्चा, त्यांचा आवाज असा काही टिपेला जाई, की काही विचारूच नका. आम्ही बापड्या त्यांच्या गोंधळात प्रत्येकाच्या मागणीप्रमाणे पुढे-मागे झुलत राहत असू. त्यांच्या हास्यविनोदात, गप्पांमध्ये आमचा दिवस कसा सरायचा हेच कळत नसे. अशा उत्साही वातावरणात काम करताना आम्हालासुद्धा खूप मजा येई. मात्र कधीकधी त्यांच्या गप्पांना आवर घालणे आम्हाला खूप अवघड जाई. परंतु, **आजच्या काळात त्यांच्यामधील नातेसंबंध, त्यांचे प्रेम, रुसवे-फुगवे ह्यांचे जे मनोहारी चित्र पाहायला मिळे, ते पाहून खूप प्रसन्न वाटायचे. काही काळासाठी आम्हीसुद्धा त्यांच्यातल्या एक होऊन त्यांच्या रंगात मिसळून आमची कामे करत असू.**

अघळपघळ

असे म्हणतात, की दर तीन कोसांवर भाषा बदलते. त्यामुळेच नगर-औरंगाबादची बोली भाषा, सातार-कोल्हापूरची बोली भाषा, मुंबईची बोली भाषा या सर्व बोली भाषांचा लहेजा, टोन हे सगळे अगदी मजेशीर असत. पार्लरमुळे या विविध बोली भाषांचा गोडवा आम्हाला एकाच जागी राहून अनुभवता आला. औरंगाबादहून पुण्यात स्थायिक झालेल्या कल्पना मॅडम कायम अघळपघळ बोलणाऱ्या, अगदी जोरजोरात छान गप्पा मारणाऱ्या. मात्र कधीकधी त्यांच्या या बोलण्याच्या स्वभावामुळे कामाच्या, गडबडीच्या वेळेस आमची पंचाईत व्हायची. पण असे म्हणतात की **मनातले सुख-दुःख सांगितल्याने, दुःखाच्या डोंगराचे ओझे हलके वाटू लागते, तर सुखाच्या आनंदाच्या क्षणांत दुपटीने वाढ होते.** त्यामुळे नकळत मनाचे आरोग्यही जपले जाऊन मन कायम प्रसन्न रहाते. मन कसे घडवावे, शरीर-मनाचे स्वास्थ कसे उत्तम रहावे याची शिकवण समर्थ रामदास स्वामींनी दोनशे पाच मनाच्या श्लोकांद्वारे करून, मनाच्या सामर्थ्याविषयी केलेले मोलाचे मार्गदर्शन आपण सर्वजण जाणता आहातच. आजच्या काळातही त्यातील शिकवण सर्मपक ठरते.

मनाची सुंदरता मनमोकळे बोलण्यातून, वागण्यातून अधोरेखित होताना अशा व्यक्ती नेहमीच सुंदर भासतात.

खरोखर आजकाल कल्पना मॅडम इतके असे प्रेमाने, अघळपघळ मनातले सगळे सांगणारे लोक दुर्मीळ होत चालले आहेत. त्यांच्या भाषेतला गोडवा, त्यांचा टोन, नेहमी आपलेपणाने बोलण्याचा त्यांचा स्वभाव मला खूप आवडायचा. कारण असे मोकळ्याढाकळ्या स्वभावाचे लोक मनाला नेहमीच भावतात.

ये जीवन है ...

एमबीएच्या विद्यार्थ्यांना शिकविणाऱ्या माझ्या अतिशय हुशार, अभ्यासू आणि सतत माझ्याशी इंग्रजीतूनच बोलणाऱ्या तारा मॅडम आल्या, की नेहमी अगदी अखंड बोलत असत (अर्थात इंग्रजीतूनच). विद्यार्थी, कॉलेज अशा विषयांपासून ते त्यांच्या घरातल्या ज्या ज्या गोष्टी त्यांना मला सांगाव्याशा वाटतात, त्या अगदी निःसंकोचपणे व्यक्त करत असत. मनातली चिंता, काळजी अगदी खोलवर रूतून बसलेल्या गोष्टीही, त्या आल्यावर बोलून मोकळ्या होत. मीसुद्धा माझ्या कुवतीप्रमाणे त्यांच्याशी संवाद साधून त्यावर चर्चा करायचे. मलासुद्धा त्यामुळे काही गोष्टी नव्यानेच समजत. अशा ह्या वयाच्या साठीनंतरही स्वतःला व्यस्त ठेवणाऱ्या, अभ्यासू अशा तारा मॅडमचा एकदा दुर्दैवी अपघात झाला. त्यांनी मला तसे फोन करून कळवले. त्यांना सहा महिने बेडरेस्ट सांगितली होती. मला खूपच वाईट वाटले. मी त्यांना घरी भेटायला गेले. त्या कशा असतील अशी चिंता मला वाटत होती. पण मी त्यांना भेटले, तेव्हा चकितच झाले. **त्यांचा एवढा मोठा अपघात होऊनही कुठेही त्यांच्या चेहऱ्यावर निराशा जाणवली नाही. त्यांच्या बोलण्यातून त्यांचा नेहमीचाच उत्साह जाणवत होता. पुस्तके वाचून, आल्या गेलेल्यांशी बोलून, कुणाशी फोनवर छान गप्पा मारून (स्वतःच्या अपघाताविषयी सारखे-सारखे न बोलता) त्या त्यांचा वेळ अशा अवस्थेतही सकारात्मकतेने घालवत होत्या.** याचाच परिणाम म्हणून मणक्याला झालेल्या गंभीर दुखापतीतून त्यांना लवकर बाहेर येता आले. स्वतःला स्वयंपाकाची आवड असल्यामुळे त्या लवकरच किचनमध्ये काम करू लागल्या. जास्त वाकता येत नसल्यामुळे हाताऐवजी पायाने मी कशी किचनची कपाटे उघडून काम करते, ह्याचे वर्णन त्या मला ऐकवत असत. स्वतःच्या मुलाच्या लग्नात सुनेलाही माझ्याकडूनच मेकअप करण्याचे सुचवणाऱ्या प्रेमळ सासूबाई मी त्यांच्यात पाहिल्या. त्यांच्या सुनेनेसुद्धा तेवढ्याच आत्मीयतेने माझ्याकडून मेकअप केला. त्यांच्या मुलाच्या लग्नात मला आवर्जून आमंत्रण देणाऱ्या, अगदी घरातील व्यक्ती असल्यासारखे वागवणाऱ्या माझ्या ह्या खंबीर, बडबड्या, मनमिळाऊ क्लायंटचा माझ्यावर कायम लोभ राहिला. काही वर्षांनी त्यांना झालेल्या गंभीर आजाराशी लढताना चेहऱ्यावर आलेल्या डागांना कशा पद्धतीने झाकायचे, कशी काळजी घ्यायची, केस रंगवायचे की नाही ह्या सर्व बाबतीत त्या माझ्याशी अगदी चिकित्सक पद्धतीने वारंवार चर्चा करत. अशा उत्साही तारा मॅडम विद्यार्थ्यांसमोर जाताना 'मी कसा मेकअप करून डाग झाकू गं?' म्हणून मला प्रत्येक

वेळेस विचारत. अगदी प्रत्येक वेळेस आल्या, की 'आता डाग कमी दिसतात की नाही ?' म्हणून सारख्या खात्री करून घेत. त्या आल्या की माझ्याशी गप्पा मारल्याशिवाय काही जाणार नाही, हे माझ्या मदतनीस मुलींना माहीत असल्यामुळे, त्याचे काम झाले की मुली मला आवर्जून सांगत आणि मग आमच्या गप्पा सुरू होत.

एकदा त्या अमेरिकेला गेल्या असताना तिथून हेअरकट करून आल्या. परंतु, त्यांना तो फारसा पसंत पडला नाही. त्यामुळे थोड्याच दिवसांत 'मला माझा आधीचाच जसा हेअरकट होता, तसाच करून दे' असे म्हणाल्या. त्यांना त्यांचा आवडीचा हेअरकट करून दिला, तेव्हा त्यांना छान वाटले. त्यांचा हेअरकट, दिसणे, व्यवस्थित राहणे, अगदी केस रंगवण्याबद्दल सतत सजग असणे, या सर्व गोष्टींमुळे त्यांचे व्यक्तिमत्त्व कायम समोरच्यावर प्रभाव पाडत असे. खरेच अशा अनेक सुंदर प्रभावी व्यक्तिमत्त्वाच्या लोकांबरोबर राहिल्यामुळे, त्यांच्या वागण्या-बोलण्यातून नकळत माझेही व्यक्तिमत्त्व बहरत राहिले. जीवनाकडे बघण्याचा दृष्टिकोन सतत सकारात्मक राहिला. माझ्या अशा असंख्य क्लायंट्समुळे माझे मन कायमच उत्साही आणि स्फूर्तिमय राहिले.

उचलली जीभ लावली टाळ्याला

काही वर्षांपूर्वी पुण्यात दिवसातून ठरावीक वेळीच पाणीपुरवठा व्हायचा. त्यामुळे थोडेसे पाणी अगदीच गरज पडली, तर म्हणून आम्ही साठवून ठेवलेले होते. आलेल्या सर्वांची त्या ड्रमकडे नजर जायची आणि प्रत्येक जण विचारायचा, की 'अरे, तुमच्याकडे पाणी येत नाही का?' मला प्रत्येकाला स्पष्टीकरण देत बसावे लागायचे. (अर्थात कालांतराने मी स्पष्टीकरण देण्याचा नाद सोडून फक्त हसून मान डोलवायचे.) एकदा अशाच एक नेहमीच्या क्लायंट आल्या. त्यांनी तो पाण्याचा ड्रम बघितला आणि विचारले, 'तुमच्याकडे पाणी येत नाही का?' अर्थात मी हसून 'हो' म्हटले. त्याबरोबर त्या म्हणाल्या, 'काय बाई, एवढे पाणी तुम्हाला भरून ठेवावे लागते. त्यापेक्षा एखादीने हा व्यवसायच बंद केला असता.' हे ऐकून मला समजेना, की केवळ कधीतरी आम्हाला पाण्याची गरज भासेल म्हणून आम्ही केलेला पाणीसाठा आणि त्या बाईंनी एकदम व्यवसायच बंद करण्याची केलेली भाषा, यांचा काय संबंध आहे. काहीही विचार न करता 'उचलली जीभ आणि लावली टाळ्याला' ह्या म्हणीला अनुसरून अशी त्यांची प्रतिक्रिया ऐकून मला गंमत वाटली. समाजात अशी अनेक माणसे पहायला मिळतात, की ज्यांना कोणत्यावेळी काय बोलावे? कोणत्या वेळी काय करावे? ह्याचे भान नसते. अशी माणसे पाहिली म्हणजे संत महात्म्यांच्या वचनांची आठवण येते. समयसुचकता न बाळगणाऱ्या अशा लोकांबद्दल बोलताना संत तुकाराम महाराज म्हणतात,

समय न कळे । काय उपयोगी ये वेळे ।।

शब्दांमध्ये सामर्थ्य असते. एखाद्याला उभारी देण्याची किंवा तोडण्याची ताकद शब्दांत असते. त्यामुळे मुखातून शब्द उच्चारताना तो कसा असावा ह्याविषयी सांगताना तुकाराम महाराज म्हणतात,

घासावा शब्द । तासावा शब्द ।
तोलावा शब्द । बोलण्यापूर्वी ।।

खरोखर आयुष्यात काय अजब माणसे भेटतील ते सांगता येत नाही. अशा वेळी कठीण परिस्थितीशी आपल्या दुर्दम्य इच्छाशक्तीच्या जोरावर लढणाऱ्या माझ्या काही क्लायंट माझ्या डोळ्यासमोर उभ्या राहतात. ज्यांनी आपलं आयुष्य सर्वार्थानं सकारात्मकतेनं विजय मिळवत सुखकर बनवलं. अशा लोकांकडून मिळालेली सकारात्मक ऊर्जा ही क्वचित ऐकू येणाऱ्या, खच्ची करणाऱ्या शब्दांपासून आपल्याला कायम वाचवत सुरक्षित ठेवते असे मला वाटते.

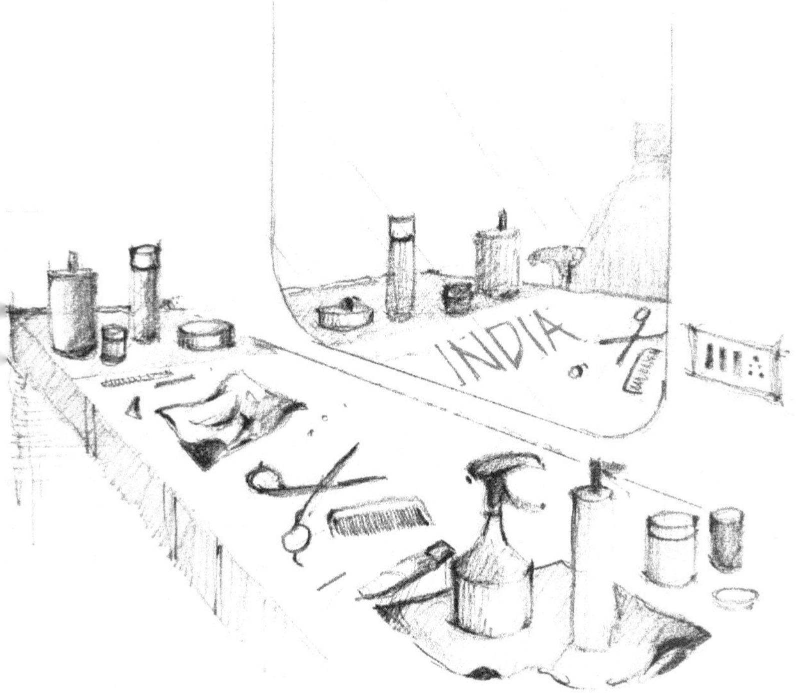

लोका सांगे ब्रम्हज्ञान

अमेरिकेत वास्तव्यास असणाऱ्या आणि आता भारतभेटीवर आलेल्या प्रतिभा एकदा पार्लरमध्ये आल्या होत्या. नेहमीप्रमाणे त्यांनी त्यांचे काम करून घेतले. काम करत असताना एकीकडे त्या सतत अमेरिकेचे कौतुक करत होत्या. तिथे प्रदूषण नाही, वाहतूक व्यवस्था किती छान, किती सुबत्ता वगैरे वगैरे. आमचा स्टाफ त्यांचे वर्णन ऐकत काम करण्यात गुंग होता. त्या जाण्यासाठी निघाल्या, तेव्हा त्यांनी नुकतेच खाऊन संपवलेले रिकामे स्नॅक्सचे पाकीट तिथेच खुर्चीवर ठेवले. ते टाकण्यासाठी डस्टबिन कुठे आहे, हेही विचारण्याची तसदी न घेता त्या जायला निघाल्या. म्हणजे इतका वेळ अमेरिकेच्या स्वच्छतेचे गोडवे गाणाऱ्या प्रतिभा भारतात आल्यावर मात्र सगळे नियम विसरून अगदी बेफिकीरपणे वागत होत्या. म्हणजेच देशावर काही अवलंबून नसून तुम्हाला जर स्वयंशिस्तच नसेल, तर तुम्ही कुठेही कसेही वागाल. महत्त्वाचे म्हणजे आपल्या देशात अशा छोट्या छोट्या बेशिस्त गोष्टींना दंड केला जात नाही, याचा गैरफायदा घेऊन लोक कसेही वागतात.

एकूणच या व्यवसायामुळे नाना तऱ्हेचे लोक सतत भेटत असल्यामुळे माझ्या ज्ञानात मात्र भरच पडत गेली. चांगल्या वाईटाचा अनुभव घेत माझे विचार समृद्ध होत गेले.

दुःखाच्या पलीकडे

उमा मॅडम पार्लरमध्ये आल्या, की मला त्यांचा आयुष्याकडे सकारात्मकतेने बघत, येणारा प्रत्येक क्षण आनंदाने साजरा करत, जीवन जगण्याचा उत्साह नेहमीच अचंबित करायचा. त्यांना दोन मुली आणि एक मुलगा. दोन्ही मुली उच्चशिक्षित. एकदा त्यांनी मला सांगितले, की त्यांच्या मुलाला सतत फिट्स येतात आणि त्याच्याबरोबर सतत कोणी ना कोणी तरी असावे लागते. एखादा घरगुती समारंभ असो किंवा नातलगांकडे कुठला कार्यक्रम असो, त्या किंवा त्यांच्या यजमानांना मुलासाठी घरी राहावे लागायचे. त्याला कधी आणि कुठे फिट येईल हे सांगता येत नसल्यामुळे, एवढ्या तरुण मोठ्या मुलाला सांभाळून बाहेरसुद्धा घेऊन जाता येत नसे. त्याच्या शारीरिक आजारपणामुळे त्यांचे जग हे त्याच्या भोवतीच बांधले गेले होते. त्यामुळेच माझ्याकडे पार्लरमध्ये येतानासुद्धा त्या मला फोन करून विचारत, की 'माझे काम लगेच होईल ना?' 'हो' म्हणून सांगितले की पटकन येत आणि स्वतःचे काम करून जात. डोक्यात सतत मुलाविषयी काळजी असली, तरी अखंड बडबड करत, हास्यविनोद करत, त्या मनातले तरुण मुलाच्या असाहाय्यतेच्या दुःखाचे कढ पचवत आहे त्या परिस्थितीचा स्वीकार त्यांनी केला होता. आयुष्यातल्या प्रत्येक क्षणाचा उत्सव करणाऱ्या, येणारा क्षण आनंदात व्यतीत करणाऱ्या माझ्या या क्लायंटच्या आयुष्यात स्वतःची हौसमौज, मोकळेपणा, ह्या सगळ्या गोष्टींना काही जागाच नव्हती. केवळ आणि केवळ मुलासाठी त्यांनी त्याचे आयुष्य वेचलेले होते. अशी परिस्थिती असूनसुद्धा **कायम हसतमुख असणाऱ्या, कुठलेही चिंतेचे ढग, चेहरा पडलेला अशा न राहता, अखंड उत्साहाने सळसळणाऱ्या उमा मॅडमकडे बघून मला नेहमीच आयुष्यातल्या चढ-उतारांना कसे तोंड द्यावे याचा वस्तुपाठ मिळाला.**

सांग कधी कळणार तुला

माझ्या एका क्लायंटच्या मैत्रिणीचा, कावेरी मॅडमचा मला फोन आला आणि त्यांनी हेअरकटसाठी अपॉइंटमेंट घेतली. त्या आल्यावर मी विचारले, की 'कसा हेअरकट करू?' त्यांनी मला सांगितले, की अगदी माझ्या मैत्रिणीचा हेअरकट केला आहे, तसाच हेअरकट करायचा आहे. पण मी त्यांचे केस बघून सांगितले, 'तुमचे केस अगदी सरळ असल्याने त्यांच्यासारखा हेअरकट होणार नाही.' परंतु, त्यांचा सतत तोच आग्रह सुरू होता. मग मी त्यांना त्यातल्या त्यात कुठला चांगला हेअरकट करू शकते ते सांगितले. एकदाची त्यांची समजूत पटली. हेअरकट चांगला झाला होता, पण परत मला माझ्या मैत्रिणीसारखेच केस 'कर्ली' करून द्या म्हणून त्या अट्टाहास करू लागल्या.

खरे तर त्यांचे केस मऊ आणि सरळ असल्यामुळे, जरी मी त्यांच्या मैत्रिणीसारखा हेअरकट केला, तरी तो ह्यांच्यावर त्यांच्या केसांच्या ठेवणीप्रमाणेच दिसत होता. परंतु, त्यांचे सारखे तेच पालुपद सुरू होते. अखेर खूप वेळा समजावून सांगितल्यावर त्या कशाबशा बरेचदा स्वतःच्या छबीकडे न्याहाळत मान हलवत गेल्या. अर्थात, ज्या ज्या वेळेस कावेरी मॅडम हेअरकटसाठी येत, तेव्हा तेव्हा त्यांचा जुना आग्रह कायम असायचाच - **'मला मैत्रिणीसारखाच हेअरकट हवा!' म्हणतात ना बालहट्ट, स्त्रीहट्टापुढे कुणाचेच काही चालत नाही.** हे जाणून मीही प्रत्येक वेळेस समजावून सांगत त्यांचा हेअरकट करून देत असे.

टीव्ही मालिकांमधील एखाद्या पात्राची हेअरस्टाइल, हेअरकट, मेकअप बघून अगदी आम्हाला असाच हेअरकट हवा म्हणून सांगणाऱ्या क्लायंट्स बरेचदा येत. अशावेळी त्यांची इच्छा पूर्ण करताना खरोखर कधीकधी माझी खूप तारांबळ उडायची. कारण प्रत्येकीचे फिचर्स, लूक, केसांची ठेवण ह्यावर त्यांना तो हेअरकट, स्टाइल कशी दिसेल हे ठरवून, त्यांना दाखवून, मग ते करावे लागायचे. कुणीही केवळ आवडते म्हणून एखादी वेगळी हेअरस्टाइल करून पाहिली, तर ती शोभतेच असे नाही. पण हे सगळ्यांना पटत नाही. मग कधीकधी 'कस्टमर इज ऑलवेज राइट' ह्या उक्तीप्रमाणे मला त्यांचे ऐकावे लागायचे.

कधीकधी काही जणी ऐकत, काही जणी त्यांच्याच मनाप्रमाणे करून घेत. पण थोड्याच दिवसांत सत्य कळले, की पुन्हा माझ्या सल्ल्याप्रमाणे हेअरकट करायला येत असे. पण एकूणच आपल्याकडे सिनेमांचा, जाहिरातींचा, मालिकांमधील

पात्रांच्या केसांच्या स्टाइलचा खूपच प्रभाव दिसून येतो. यामुळे कधीकधी असे कुणी सांगितले, तर मी नेहमी बघत नसले तरी त्या मालिका आवर्जून बघायचे. एकूणच मनोरंजनासाठी नसले, तरी मला सतत नवनवीन जाहिराती, मालिका, सिनेमे बघून त्यातील फॅशनसाठी स्वतःला अपडेट ठेवावे लागत असे.

=◉=

काळा ढग रुपेरी कडा

आयटी क्षेत्रात काम करणारी रेवा एकदा खूप अपसेट होती. सहजपणे कारण विचारल्यावर तिच्या मनातला धबधबा इतका वेगाने कोसळू लागला, की मला तिचे प्रत्येक वाक्य व्यवस्थित ऐकून व समजून घेता घेता नाकी नऊ आले. तिच्या मोठ्या मुलीच्या जन्मानंतर जवळजवळ अकरा वर्षांनी तिने दुसऱ्या बाळाला जन्म दिला होता. आता तिची धाकटी मुलगी सहा महिन्यांची झाली होती. त्यामुळे सध्या तिने नोकरी सोडून स्वतःची कंपनी काढून त्याद्वारे ती छोटे छोटे वर्कशॉप्स घेत होती. तिच्या छोट्या मुलीमुळे तिला रात्रीची धड झोपही नीट घेता येत नव्हती. पहिल्या मुलीच्या वेळी तिच्या आईने बाळाला सांभाळल्यामुळे तिला नोकरी नीट करता आली. पण आता वयोमानामुळे तिच्या आईचे आजारपण वाढत चालल्यामुळे, आईची मदत पूर्णपणे थांबली होती. उलट तिलाच आता आई आणि मुलीची काळजी घ्यावी लागत होती. पूर्वी मी बारा-बारा, तेरा-तेरा तास काम करणारी, पण आता एक ताससुद्धा धड काम करू शकत नाही. रेवा अतिशय उद्वेगाने बोलत होती. फक्त नवरा आणि घरकामात मदतनीस मुलींकडून जी काही अल्प प्रमाणात मदत मिळत होती, तीच काय ती तिची जमेची बाजू होती. त्यामुळे सध्या तिची सगळीकडे ओढाताण होत होती. मुली, घर, संसार, नाती या सगळ्या गोष्टी आपल्या आयुष्यात जेवढ्या महत्त्वाच्या आहेत, तेवढेच महत्त्व ती तिच्या कामाला देऊ पाहत होती. अर्थात एवढे शिक्षण झाल्यावर, बरीच वर्षे काम केल्यावर असे वाटणे स्वाभाविकच आहे. **पण सद्य परिस्थितीत तिची अवस्था अगदी दोलायमान झाली होती. खरोखर नोकरी किंवा व्यवसाय करणाऱ्या आजच्या अनेक स्त्रियांना या प्रश्नाला कधी ना कधी सामोरे जावेच लागते.** मी तिला सांगितले, की सध्या तुझ्या आयुष्यात तुझ्या मुली, संसार, आई-वडील ह्या गोष्टी जास्त महत्त्वाच्या आहेत. तरीसुद्धा तू ह्या सगळ्यांना वेळ देऊन महिन्यातून दोनदा वर्कशॉप्स घेतेस, हे खूपच कौतुकास्पद आहे. काही काळाने मुली मोठ्या झाल्यावर तुला तुझ्या कामाला नक्कीच जास्त वेळ देता येईल. त्यामुळे आज आहे त्या टप्प्याचा तू मनापासून आनंद घे. नंतर तू हा काळ पुन्हा मागितलास तरी मिळणार नाही. ज्या दिवशी जास्त चिडचिड होत आहे असे वाटेल, त्यादिवशी तू स्वस्थपणे, शांतपणे घरातल्या दुसऱ्या एखाद्या आवडीच्या कामात तो दिवस घालव. माझ्या या बोलण्याचा तिच्यावर खूप चांगला परिणाम झाला. तिला बेकिंगचीही आवड होती. मग तिला या आवडीसाठी वेळ द्यायचे सुचवले. शेवटी मनातल्या नकारात्मक विचारांना बाजूला सारून नवीन

उत्साहाने कामाला लागणे महत्त्वाचे.

आठवतेय, आपण लहानपणी लगोरीचा खेळ खेळत असू! सारख्या आकाराच्या गोलगोल लाकडाच्या चकत्या किंवा इतर काही वस्तू, एकावर एक ठेवून पूर्ण करण्याचा खेळ होता तो. ज्या संघावर राज्य असेल, त्याने दुसऱ्या संघाची मुले चकत्या एकावर एक ठेवायला आल्यावर त्यांचा मनोरा पूर्ण होऊ नये म्हणून चेंडूने त्या पाडायच्या असायच्या. असेच **आपणसुद्धा संसारात एक-एक जबाबदारीच्या चकत्या एकावर एक ठेवत, खेळत असतो. मधेच त्या चकत्या पडत जातात. आपण परत नीट रचायचा प्रयत्न करतो. शेवटी ठेवता ठेवता कधीतरी परत धक्का लागून त्या सगळ्या पडतात. तसेच काहीसे संसाराच्या खेळात आपले होत असते.** कधी वाटते, अरे आता सगळे व्यवस्थित सुरू आहे, पण मधेच काहीतरी होते आणि आपली गाडी परत रुळांवर आणण्यात वेळ जातो.

माझ्या या मैत्रिणीचा मूडसुद्धा हळूहळू सुधारलेला मला दिसला. काहीही करायला न मिळण्यापेक्षा दोनदा वर्कशॉप घेऊन तू तुझ्या आवडीचे काम तर करत आहेस ना, हीच खूप मोठी गोष्ट आहे, असे म्हणून मी रेवाला आत्ता काळ्या भासणाऱ्या ढगाची रुपेरी कडा लक्षात आणून दिली. हे सगळे ऐकल्यावर, माझ्याशी बोलल्यावर, तिचे मन मोकळे झाले आणि तिला खूप छान वाटल्याचे तिने आवर्जून सांगितले. पार्लरमुळे कितीतरी महिलांशी/मुलींशी संवाद साधत मला त्यांचे प्रश्न समजून घेता आले. माझ्याकडून मैत्रिणीसारखा योग्य सल्ला मिळाल्यामुळे अनेक जणी माझ्याशी मैत्रीच्या नात्याने जोडल्या गेल्या.

माणुसकी

आपल्या आचार विचारातून आपले व्यक्तिमत्त्व घडत असते. चांगल्या आचारा-विचारांच्या व्यक्तिमत्त्वाच्या सुंदरतेचे तेज हे आगळे वेगळे असते. पार्लरमध्ये सौंदर्य उपचार करून घेण्यासाठी विविध स्तरातील महिला-मुली येत असल्यामुळे त्यांच्या वागण्या-बोलण्याच्या पद्धतीवरून त्यांच्या व्यक्तिमत्त्वाचे खरेखुरे दर्शन आम्हाला नित्य घडायचे.

बरेचदा नोकरी व्यवसाय किंवा उच्च पदस्थ महिला पार्लरमध्ये सौंदर्य उपचार घेताना, त्यांच्या घरून घरकाम करणाऱ्या मावशी किंवा मदतनीसांचा फोन यायचा तेव्हा आतापर्यंत आमच्याशी छान, गोड, मृदू भाषेत संभाषण करणाऱ्या क्लायंटचा आवाज फोनवरून मदतनिसांना सूचना देताना मात्र चढा आणि जरबेचा व्हायचा. सभ्यपणाचा, चांगुलपणाचा इतकावेळ पांघरलेला मुखवटा गळून पडून आम्हांला त्यांचे वेगळेच रूप बघायला मिळायचे. घरात, घराबाहेर, ऑफिसमध्ये किंवा समाजात वावरताना कुठेही आपल्याला मदत करणारे, आपले मानसिक-शारीरिक ताण हलके करण्याचे काम करणारे, असे कितीतरी हात आपल्याला पदोपदी उपयोगी पडत असतात. आपण त्यांना त्यांच्या कामाचा मोबदला जरी मोजत असलो, तरी एक माणूस म्हणून आपले त्यांच्याशी असणारे वर्तन हे माणुसकीला धरूनच असले पाहिजे. कुणाच्या कामाच्या दर्जावरून त्याचे मोजमाप करीत त्याप्रमाणे वागणे माणुसकीच्या दृष्टिकोनातून योग्य ठरणार नाही.

आवश्यक तिथे चढ्या आवाजात बोलणे, समज देणेसुद्धा जरुरीचे आहेच; परंतु प्रत्येक वेळेस एक माणूस म्हणून त्यांच्याशी वागताना-बोलताना, आत्मीयतेने, माणुसकीचे भान बाळगत वागले, तर निश्चितच त्याचे चांगले पडसाद उमटत राहतील.

माणुसकी म्हणजे फक्त स्वतःच्या बाबतीत विचार न करता इतरांच्याही बाबतीत वागताना, बोलताना, मदत करताना संवेदनशीलतेने विचार करणे.

माणुसकी हा संस्कार आहे.
माणुसकी म्हणजे प्रेम
माणुसकी म्हणजे जाणीव
माणसाने माणसाची केलेली कदर
समोरच्या व्यक्तीचा केलेला आदर

गुरुकिल्ली आरोग्याची

समिराचे लग्न थोड्याच दिवसांवर येऊन ठेपले होते. लग्नाच्या तयारीसाठी लागणारे सौंदर्य उपचार करून घेण्यासाठी ती पार्लरमध्ये आली होती. तिचे सौंदर्य उपचार सुरू करून दहा-पंधरा मिनिटे होत नाही तोच तिला खूप चक्कर येऊ लागली. त्यामुळे तिला थोडावेळ विश्रांती घेण्यास सांगितले. परंतु, तरीसुद्धा तिला बरे वाटेना. उलट जास्तच गरगरल्यासारखे वाटू लागले. त्यामुळे आम्ही त्वरित तिला डॉक्टरांकडे घेऊन गेलो. डॉक्टरांनी तिला तपासले असता अशक्तपणामुळे तिला चक्कर येत असल्याचे सांगितले. थोड्याच कालावधीमध्ये तिचे लग्न असल्याने डॉक्टरांनी तिच्यावर तात्पुरते औषधोपचार करून तिची लग्नाची वेळ कशीतरी निभावून नेली.

कालांतराने तिच्या तब्येतीची चौकशी करण्यासाठी मी तिला फोन केला असता, मला तिने सांगितले, की वजन कमी करण्यासाठी तिने कुठल्यातरी प्रतिथयश सेंटरमध्ये जाऊन उपचार घेतले होते. तेथील उपचारांच्या परिणामांमुळे तिचे वजन तर कमी झाले, परंतु शरीर तंदुरुस्त न होता तिला वेगवेगळ्या व्हिटामिनच्या कमतरतेमुळे खूप अशक्तपणा आला होता.

वजन कमी करण्याच्या नादात ह्या गोष्टी तिच्या लवकर लक्षात न आल्यामुळे ऐन लग्नाच्या वेळेस शारीरिक समस्या निर्माण होऊन घरातल्यांची, तिची चांगलीच धावपळ झाली होती.लग्नानंतर तिने योग्य ते औषधोपचार घेत आरोग्याची काळजी घेतली.

खरेच, बारीक होण्याच्या नादात अशा कितीतरी महिला-मुली आपल्या शरीराचे नुकसान करून घेत असतात. आपल्या आरोग्याची गुरूकिल्ली आपल्याच हाती असताना, उगाच मृगजळापाठी धावत भलतेसलते उपचार करून, **आपल्या आरोग्याची हेळसांड करण्यापेक्षा योग्य आहार विहार ठेवला, तर आपले आरोग्य, आपली शरीर संपदा निश्चितच चांगली, निरोगी राहील. निरोगी शरीरामुळे आपले व्यक्तिमत्त्व, सौंदर्य जास्त खुलून दिसते. त्यासाठी कुठल्याही फॅड डायट किंवा उपचारांची आवशकता भासत नाही.**

नाण्याच्या बाजू

माझे पार्लर तळमजल्यावर असल्यामुळे माझ्याकडे बऱ्याच सीनिअर सिटिझन्स येत असत. अशाच नेहमी येणाऱ्या वासंती काकू. हसतमुख, सतत वेगवेगळ्या विषयांवर गप्पा मारणाऱ्या. नवीन वर्षाच्या सुरुवातीला मला कायम कॅडबरी आणि स्वतः हाताने तयार केलेल्या पिशव्या आवर्जून भेट देणाऱ्या. **क्लायंटच्या अपेक्षेप्रमाणे त्यांचे काम करून देणे हे माझे नित्यकर्मच होते. परंतु त्यातही काही क्लायंट्सशी मात्र सूर जुळतात. नकळत आपुलकीच्या धाग्याने मने जुळली जातात.** तर अशाच माझ्याशी सूर जुळलेल्या वासंती काकू सतत उत्साही असत; परंतु अलीकडे दोन-तीन वर्षांपासून मात्र त्यांना अमेरिकेत सहा महिने मुलाकडे आणि मुलीकडे जाणे नकोसे वाटायचे. तो प्रवास, तिथे गेल्यावर त्यांचे रूटीन असे सगळे बदलायचे. त्यामुळे हल्ली त्या तिकडे जाताना थोड्याशा नाराजच असायच्या. त्यातून इथे त्यांना भरपूर मैत्रिणी, शेजारणी, नातलग होते. त्यांच्यात त्यांचा वेळ छान जात होता. त्यांना नाटक, सिनेमा बघण्याची आवड होती. त्यामुळे त्या आनंदात राहत असत. परंतु अलीकडे शारीरिक अडचणींमुळे त्यांना प्रवास झेपत नसे. एकदा मला त्या म्हणाल्या, 'आता एकटीसाठी घरात काहीही करायला नको वाटते.' खऱ्या अर्थाने त्या आता थोड्याशा कंटाळल्या होत्या. एके दिवशी त्यांनी मला सांगितले, की त्या थोडे दिवस वृद्धाश्रमात राहायला जाणार आहेत. त्यांना कायमचे मुलांकडे अमेरिकेत करमणार नाही. मला थोडेसे आश्चर्य वाटले. मधे असेच काही महिने गेले. मला वाटले की त्या आता वृद्धाश्रमात रमल्या.पण त्यानंतर एक दिवस त्या पार्लरमध्ये आल्या. मी त्यांना विचारले, की 'तुमचे वृद्धाश्रमात कसे काय चालले आहे?' तेव्हा त्या म्हणाल्या, 'मला तिथे अजिबात करमले नाही, म्हणून मी ते सोडून परत घरी राहायला आले.' मला त्यांचे हे उत्तर ऐकून आश्चर्य वाटले नाही. त्यांचा स्वभाव अतिशय आनंदी, हसतमुख असा होता; शिवाय भरपूर मैत्रीणी, शेजारणी, नातलगांच्या सहवासात राहायची सवय असल्यामुळे, एवढ्या सगळ्या नात्यांपासून लांब राहणे त्यांना जमले नसणार.

असेच काही दिवस गेल्यानंतर त्यांना मुला-मुलीकडे अमेरिकेत जायचे होते. त्याआधी त्या माझ्याकडे आल्या. त्यांचा हेअरकट करून झाल्यावर मी त्यांना प्रवासाच्या शुभेच्छा दिल्या, तेव्हा त्या मला म्हणाल्या, ''अगं, आता मी खरोखर तृप्त आहे. माझा संसार केला, मुलांना वाढवले, मला पाहिजे तसे आयुष्य जगले. त्यामुळे खरोखर परमेश्वराने आता माझे आयुष्य संपवले तरी चालेल. मला खरोखर खूप तृप्त वाटते आहे.'' आता हे ऐकून मला काय बोलावे हेच सुचेनासे झाले. वृद्धापकाळात घरात एकट्याने राहताना त्यांना

आता जीवन नकोसे वाटत होते. सर्व सुखे हात जोडून उभी असताना केवळ रोजचा दिवस कसा घालवायचा या एकटेपणाचा त्यांना कंटाळा आला होता. माझ्या मनात मात्र प्रश्नांचे असंख्य तरंग उठले. आपण, मुले हुशार आहेत म्हणून त्यांना भरपूर शिक्षणाची संधी देतो. त्यांना खुल्या आकाशात झेप घेऊ देतो. अशी झेप घेतल्यावर, नवीन नवीन शिखरे पादाक्रांत केल्यावर ती आपला देश, माणसे सोडून नवीन देशात स्थिरावतात. त्यांच्या ज्ञानाचे, हुशारीचे तिथे कौतुक होते. त्यांच्या सुखी आयुष्यात ते रममाण होतात. परंतु, इथे त्यांचे आई-वडील एकटे पडतात, तेव्हा कधीकधी त्यांना रोजचे जगणेही अवघड वाटू शकते. आपली मुले, सुना, नातवंडे जवळ असती, तर त्यांच्या सान्निध्यात जीवन मजेत गेले असते, असेही काही जणांना वाटते. मुलांना वाटते की आईवडिलांनी आपल्याकडे परदेशात यावे; परंतु त्यांची नाळ इथे भारतात जुळलेली असल्यामुळे त्यांना तिथे फार दिवस राहवत नाही. अशाप्रकारे त्यांची परिस्थिती द्विधा होते. मुलांनाही त्यांचे अवकाश खुणावत असते. त्यामुळे ते कधीकधी इकडे येण्यास राजी नसतात आणि आईवडिलांनाही मुलांची प्रगती, त्यांचे सुख महत्त्वाचे वाटतेच.

पूर्वीच्या काळी भरल्या घरात मुला-नातवंडात आईवडिलांचे म्हातारपण मजेत जात होते. म्हणजे घरात सतत चहलपहल असायची. सण, समारंभ सुरू असायचे. आपली मुलेमुली, नातवंडे, सुना डोळ्यांसमोर वावरत असायचे. दररोज काहीतरी नवीन विषय सुरू असायचा. त्यामुळे त्यांचा वेळही छान जायचा; परंतु आता काहींच्या बाबतीत विभक्त कुटुंब आणि मुले परदेशी असल्यामुळे आलेले एकटेपण निभावणे अतिशय अवघड होऊन बसले आहे. कितीही विचार केला तरी मला असे वाटते, की आपल्या मुलांनी उच्च शिक्षणासाठी किंवा स्वतःचा विकास करण्यासाठी बाहेरच्या देशात जाणे योग्य की अयोग्य हा मुद्दा शेवटी अनुत्तरितच राहतो. कारण हा ज्याच्या त्याच्या दृष्टिकोनावर अवलंबून आहे. याचे चूक किंवा बरोबर असे उत्तर देता येणार नाही.

एकविसाव्या शतकात कितीही प्रगती साधली तरी माणसाला आपल्या माणसांची, आवतीभोवती काळजी घेणाऱ्या जिवलगांची गरज कधी ना कधी जाणवते. जरी इंटरनेट किंवा फोनद्वारे तुम्ही एकमेकांच्या संपर्कात राहू शकलात, तरी पण तुमचे प्रेम, जिव्हाळा जेवढा सान्निध्यात जवळून देता येतो, तेवढा एवढ्या लांबून त्यांना मिळू शकत नाही असेही काही जणांना वाटते. **कधीकधी घरात कितीही सुखसोयी दिमतीला हजर असल्या, तरी चालत्या-बोलत्या माणसांचा सहवास, प्रेम मिळाल्याशिवाय आपले जगणे काही जणांना निरर्थक वाटू शकते. अर्थात नाण्याच्या दोन बाजूंप्रमाणे या मुद्द्यालाही दोन किंवा जास्तही बाजू आहेत. असलेल्या परिस्थितीचा डोळसपणे स्वीकार करून त्यावर सकारात्मक उपाय शोधणे हेच खरे.** अशा बाजू लक्षात आणून देणाऱ्या अनेक व्यक्ती मला भेटत गेल्या, हे मी माझे नशीबच समजते. ═◉═

जमाना बदल रहा है

दहावीचे वर्ष म्हणजे शालेय जीवनातले शेवटचे वर्ष. हे वर्ष संपते तेव्हा प्रत्येक शाळेत फेअरवेल पार्टी असते. तेव्हा बहुतेक वेळा मुली साडी आणि मुले कोट-टाय अशा वेशात येतात. एकदा अशीच एक उत्साही आई, हर्षदा तिच्या दहावीतल्या मुलाला घेऊन आमच्याकडे आली. आम्ही त्याच्या आय ब्रो नीट करून द्याव्या अशी त्यांची इच्छा होती. आम्ही त्यांना परोपरीने सांगितले, की 'तुम्ही त्याला युनिसेक्स पार्लरमध्ये घेऊन जा.' परंतु त्यांनी आमच्याकडेच त्याच्या आय ब्रो कराव्यात म्हणून हट्ट धरला. त्यांच्या हट्टामुळे आणि आमच्या नेहमीच्या क्लायंट असल्यामुळे आम्ही त्याचे काम करून दिले. फेअरवेलला मुलाने छान दिसावे अशी प्रत्येक आईची अपेक्षा असते; परंतु एवढे प्रयत्न मात्र मला पूर्णपणे नवीन होते. आजच्या काळातल्या माता मुलांच्यासुद्धा व्यक्तिमत्त्वाची, सौंदर्याची काळजी घेताना बघून 'जमाना बदल रहा है' ह्याची खात्री पटली आणि एवढेच नव्हे आनंदही वाटला.

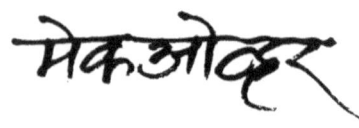

मेकओव्हर

माझ्या नेहमीच्या क्लायंट आसावरी त्यांच्या मुलीला घेऊन पार्लरमध्ये आल्या. त्यांनी सांगितले की माझी मुलगी तन्वी शाळेत अतिशय हुशार विद्यार्थिनी म्हणून ओळखली जाते. तन्वी शाळेत नेहमी दोन वेण्याच घालून गेली आहे. पण आता दहावीच्या फेअरवेल पार्टीसाठी तिने वेगळ्या रूपात जावे यासाठी त्यांना तिचा मेकओव्हर करून हवा होता. त्यांचा उत्साह बघून मलासुद्धा छान वाटले. त्यांनी सुचवल्याप्रमाणे मी तिच्या चेहऱ्याला कुठला हेअरकट चांगला दिसेल ह्याचे पर्याय सांगून तिचा 'लूक' पूर्ण बदलला. आई तिचे बदललेले रूप बघून खूप खूश झाली. दोन-तीन दिवसांनी त्यांनी मुद्दाम येऊन मला सांगितले, की तिचे हे नवीन रूप बघून तिच्या मैत्रिणींना खूप आश्चर्य वाटले आणि आनंदही झाला. नेहमी अतिशय साधी राहणारी, स्वतःच्या राहणीमानाकडे थोडे दुर्लक्षच करणारी मुलगी एकदम आधुनिक 'लूक'मध्ये बघून तिच्या मैत्रिणींनी तिच्यावर कौतुकाचा वर्षाव केला. तन्वीचे वडील तिला शाळेत घ्यायला गेले होते, त्यांना हे बघून खूप मजा वाटली आणि आनंद झाला. मग त्यांनी तिचे विविध अँगलमध्ये काढलेले सुंदर फोटोही मला दाखवले. जीवनातल्या **ह्या महत्त्वाच्या टप्प्यावर तन्वीमध्ये नकळत थोडासा बदल केल्यामुळे तिच्या व्यक्तिमत्त्वाला वेगळीच झळाळी मिळाली आणि ती तिच्या ग्रुपमध्येही प्रभावी ठरली.** यानंतर ती नेहमीच तिच्या अभ्यासाबरोबरच आपल्या त्वचेची आणि चेहऱ्याची योग्य ती काळजी घेण्यासाठी माझा सल्ला घेऊ लागली. मलाही तिच्यातला बदल पाहून खूप समाधान वाटले.

पॅकेजची भेळ

पार्लरमध्ये मी ग्राहकांसाठी वेगवेगळ्या सौंदर्योपचारांचे एकत्रित पॅकेज ठेवायचे. हे ग्राहकांसाठीही सोयीचे असे आणि आमच्यासाठीही. आरती प्रत्येकवेळेस आली की प्रथम एखादे पॅकेज निवडत. मग त्याप्रमाणे आम्ही तयारी सुरू केली, की त्यामध्ये 'मला जर तुम्ही ह्या पॅकेजमध्ये जास्तीचे हे पण दिले तर फार बरे होईल, मला ही ट्रीटमेंटसुद्धा करायची आहे' असे त्या म्हणत. असे करत त्या पॅकेजमध्ये अनेक गोष्टी वाढवायला सांगत. शेवटी आमचा स्टाफ त्यांना विनंती करत असे, की आम्हाला असे काहीही करता येणार नाही. तुम्ही निवडलेल्या पॅकेजमध्ये आहे तेच करता येईल. असे हो-नाही करता करता शेवटी त्या पॅकेज सोडून सगळे सौंदर्योपचार स्वतंत्र निवडत आणि करून घेत. प्रत्येक ट्रीटमेंट करताना त्या स्टाफला सारखे 'छान करा बरं का!' असे बजावत असत. तसेच मला सारखे 'माझे बिल व्यवस्थित लावा' असेही सांगत असत. खरे तर त्या माझ्याकडे जवळजवळ २० वर्षांपासून येत; परंतु तरीही ह्या गोष्टी वारंवार आम्हाला सांगून त्या कदाचित स्वतःचेच समाधान करून घेत असाव्यात, की मी कशी सगळ्यांकडून व्यवस्थित काम करून घेऊन बिलही माझ्या मनाप्रमाणे देते. आमच्या इथे नेहमीच माफक किमतीत योग्य आणि व्यवस्थित ट्रीटमेंट होत असल्यामुळे, आम्हाला त्यांच्या सतत बडबड करण्याच्या, घासाघीस करण्याच्या स्वभावामुळे काही फरक पडत नसे. त्यांच्या सतत कचकच करण्याच्या स्वभावामुळे कधीकधी मदतनीस मुलींची मात्र चिडचिड व्हायची. परंतु, ग्राहकांना सांभाळून घेण्याच्या आमच्या धोरणामुळे आमचा स्टाफ शांतपणे त्यांना योग्य ती ट्रीटमेंट देत काम करत असे.

व्यवसाय म्हटला की अनेक चढ-उतार येत असतातच. नफ्या-तोट्याच्या गणिताचा विचार करून क्लायंटला नेहमी उपयुक्त अशा ऑफर्स द्याव्या लागतात. कुठला सणवार असेल किंवा कुठला स्पेशल 'डे' असेल त्याप्रमाणे आम्ही व्यवसाय वाढीसाठी आकर्षक पॅकेजेस ठेवत असू. जेणेकरून जे क्लायंट नेहमी येतात, त्यांनासुद्धा फायदा मिळावा व आकर्षक पॅकेजमुळे नवीन ग्राहकवर्गसुद्धा आकर्षित व्हावा. याची व्यवसाय वाढीसाठी मदत होते. मग आम्ही व्यावसायिक दृष्टिकोन ठेवत, पण ग्राहक हिताचासुद्धा विचार करत, वेगवेगळे पॅकेजेस ठेवत असू. साधारणतः जे सौंदर्योपचार नियमितपणे केले जात, त्याच्यावर बऱ्यापैकी डिस्काउंट देऊन पॅकेज उपलब्ध करून दिले जाई. पण काही वेळेस क्लायंट आम्हाला म्हणत, की 'ह्या पॅकेजमध्ये आय-ब्रोज पण करून मिळतील का? मला आज ते करायचे होते.' कुणी म्हणत असे, की 'या पॅकेजमधल्या या गोष्टी

आणि त्या पॅकेजमधल्या फक्त त्या गोष्टी असे मिळेल का?' त्यांच्या समोरच्या उपलब्ध पॅकेजमधले त्यांना काहीच नको असायचे. मग ह्या पॅकेजमध्ये हे ॲड करा, म्हणजे मग मी हे पॅकेज करते, असे पालुपद आळवत बसत असत. शेवटी स्पर्धेच्या युगात व्यवसाय टिकवण्यासाठी कधीकधी क्लायंटला त्यांच्या सांगण्याप्रमाणे नवीनच पॅकेज उपलब्ध करून द्यावे लागायचे. त्यामुळे काही क्लायंट्सना त्यांच्या गरजेनुसार तयार झालेल्या नवनिर्मित पॅकेजचा आनंद देत, त्यांना सेवा द्यावी लागायची. काही जणी तर 'आज मी ह्या पॅकेजमधले फक्त हे करून जाते आणि नंतर बाकीचे करायला येते' असाही पर्याय ठेवत असत. परंतु, आम्ही त्यांना त्यावरील सवलतीचा फायदा लक्षात आणून देत, नम्रपणे नकार देऊन उपलब्ध पर्यायातील पर्याय निवडायला सांगत असू.

फॅशन बन गई जरूरत

नुकत्याच चालू लागलेल्या छोट्याशा मुली ते पंच्याहत्तरी पार केलेला महिलावर्ग असा माझा विस्तृत ग्राहकवर्ग होता. त्यामुळे प्रत्येकाच्या वयाचा विचार करत त्यांच्या आवडीप्रमाणे हेअरकट करून द्यावा लागायचा. एवढी वर्षे लांब केस वाढवलेल्या, पण आता साठीकडे झुकलेल्या महिलांना संधिवाताचा किंवा तत्सम आजार सुरू होतो, तेव्हा कधीकधी नाइलाजाने त्यांना केस कापावे लागतात. आजारपणामुळे त्यांच्या हालचालींवर मर्यादा आलेली असते. मोठ्या केसांची त्यांना नीट काळजी घेता येत नाही. त्यामुळे त्या केस कापायला माझ्याकडे येत, तेव्हा अगोदर त्यांची खूप मानसिक तयारी करून घ्यावी लागे. कारण त्यांच्या मनात असंख्य प्रश्न ठाण मांडून बसलेले असत. सगळ्या जगाला नेहमी सतावणारा अतिशय भाबडा पण अवघड प्रश्न म्हणजे 'लोक काय म्हणतील?' त्यानंतर 'मला छोटे केस कसे दिसतील? माझ्या घरचे, मैत्रिणी मला ओळखतील ना?' असे अतिशय गहन प्रश्न त्यांच्या मनात घोळत असत (किंवा त्यांना छळत असत), तेव्हा त्यांना छान समजावून सांगत वेगवेगळे फोटो दाखवून, छोट्या केसांचा त्यांना होणारा फायदा सांगत, त्यांचा हेअरकट करून द्यावा लागायचा. एकदा का हा हेअरकट झाला, की आपले आरशातले रूप बघून माझ्यावर प्रश्नांचा भडिमार व्हायचा. 'मला खरोखरच हेअरकट चांगला दिसतो ना? तू माझे फारच केस कापलेस बाई? मी खूप वेगळी दिसते का आता? माझ्या मैत्रिणी मला ओळखतील ना?' (फेव्हीकॉलने जर ह्यांचे केस मला परत चिकटवून देता आले, तर किती बरे होईल! असा गमतीशीर विचार माझ्या मनात त्यांच्या बडबडीमुळे डोकावून जाई). खरे तर आरशातल्या आपल्या नव्या स्मार्ट प्रतिबिंबावर त्या जाम खूश असत. पण त्याचवेळी मनात पडलेल्या असंख्य प्रश्नांमुळे त्यांची द्विधा मनस्थिती झालेली असायची. अशा वेळेस माझ्याकडे हेअरकटसाठी इतर महिला/मुली वाट बघत थांबलेल्या असतील, तर माझी अवस्था अगदी त्रिशंकूसारखी व्हायची. मग मला त्यांना कसे समजावून सांगावे हे कळत नसे. अशा वेळेस मी त्यांना शेजारच्या खुर्चीवर बसून समोरच्या आरशात मनसोक्त न्याहाळायला वेळ देत असे. त्यामुळे त्या निवांतपणे स्वतःला वेगवेगळ्या अँगलने बघून स्वतःच्या नव्या, स्मार्ट प्रतिबिंबावर खूश होऊन, माझ्या पाठीवर शाबासकीची थाप देऊन मार्गस्थ होत. समजून घेणे आणि समजावून सांगण्याच्या ह्या प्रक्रियेचे मग मला सार्थक झाल्यासारखे वाटे.

'आमच्या वेळेस केस कापण्याची अशी फॅशन नव्हती बाई!' असे

म्हणणाऱ्या आजीबाई दोन-चार महिन्यांतच हेअरकटसाठी अपॉइंटमेंट घेऊन अगदी सराईतासारख्या पार्लरमध्ये येत आणि आल्या आल्याच 'केस चांगले बारीक कापून दे बाई!' असे फर्मान काढत. हे बघून मी मात्र अचंबित व्हायचे. कधी काळी 'माझे चांगले लांबसडक केस तू किती बारीक कापलेस गं!' म्हणून माझी शाळा घेणाऱ्या ह्याच का त्या आजीबाई? ह्याचे मला नवल वाटायचे आणि त्याचबरोबर शारीरिक समस्या उत्पन्न झाल्यामुळे केसाला कात्री लावायला तयार झालेल्या आजीबाईंचे मनापासून कौतुक वाटत राहायचे.

जपणूक निसर्गाची

    यामिनी मॅडम प्रथमच आमच्या इथे हेअरकटसाठी आल्या होत्या. त्यांनी सांगितल्याप्रमाणे त्यांचा हेअरकट केला. **हेअरकट आवडल्याचे सांगून त्या आम्हाला म्हणाल्या, 'माझे कापलेले केस तुम्ही मला बांधून द्या, मला ते लागतात.' त्या असे म्हणाल्यामुळे जमिनीवर पडलेले त्यांचे केस गोळा करून आम्ही त्यांना पिशवीत भरून दिले.** त्या प्रथमच आमच्या इथे आल्यामुळे मी त्याबद्दल त्यांना काही प्रश्न विचारले, तर कदाचित त्यांना आवडणार नाही, हा विचार मनात आल्यामुळे मी त्यांना काही बोलले नाही. थोड्याच दिवसात यामिनी मॅडम आमच्या नियमित क्लायंट झाल्या. आमच्यातला औपचारिकपणा गळून पडला आणि त्या आमच्याशी छान गप्पा मारू लागल्या. त्या कायम सोनेरी काठ असलेली पांढरी साडी नेसत. गळ्यात रुद्राक्षाची माळ, खांद्याला पुस्तकांनी जड झालेली कापडी पिशवी अशा वेशात त्या पार्लरमध्ये येत. त्या कुठल्या तरी आश्रमात जात असत. त्या कधीकधी त्याबद्दल आम्हाला सांगत. परंतु, प्रत्येक वेळी केस कापले, की जमिनीवर पडलेले सगळे केस अगदी व्यवस्थित गोळा करून घेऊन जात. नंतर खूप ओळख झाल्यामुळे शेवटी मी त्यांना त्याबद्दल विचारायचे ठरवले. त्याप्रमाणे त्यांना विचारले असता त्यांनी हे केस त्या नदीत नेऊन टाकतात

असे सांगितले. मला हे ऐकून खूप धक्का बसला. कुठल्या तरी अंधश्रद्धेच्या आहारी जाऊन नदीला दूषित करणाऱ्या त्यांच्या मनोवृत्तीचा मला खूप राग आला. स्वतःला अध्यात्माच्या अभ्यासक मानणाऱ्या, एवढ्या सुशिक्षित महिलेचे असे असभ्य वर्तन बघून मी त्यांच्याशी थोडेसे बोलायचे ठरवले. नदीला आपण आपली जीवनरेखा, जीवनदायिनी मानतो. नद्या आपल्याला जीवन देतात. नदी ही पशुपक्षी, प्राणी, मनुष्य प्राणी यांच्यासाठी किती उपयुक्त आहे. तिचे पाणी पिण्यासाठी, शेतीसाठी, वीज निर्मितीसाठी अशा अनेक कारणांसाठी आपल्या उपयोगी येते. 'गंगा द सोल ऑफ इंडिया' नावाची सुंदर मालिका माझ्या बघण्यात आली होती. त्यात गंगा नदीचा उगम आणि नंतर तिचा प्रवास ज्या ज्या गावातून, शहरातून होतो, त्या त्या ठिकाणांची संस्कृती, लोकजीवन, खाद्यसंस्कृती, पेहराव यांची सर्व माहिती अतिशय सविस्तरपणे त्यात सांगितली होती. तसेच गंगेच्या स्वच्छतेसाठी काम करणाऱ्या संस्था, सामाजिक कार्यात वेगळेपणाचा ठसा उमटवणाऱ्या विशेष व्यक्ती अशा गोष्टींचा त्यात समावेश होता. गंगेची पवित्रता, महती बघून माझ्या मनात खूप प्रसन्न भाव निर्माण होत. खरे तर ही मालिका अगदी आत्ता दोन-तीन वर्षांपूर्वी बघितलेली. परंतु, **मुळातच मला निसर्गातली प्रत्येक गोष्ट, निसर्गातल्या घटनांचे महत्त्व ह्याची ओढ वाटत असल्यामुळे माझ्या मनात नदीचे महत्त्व ठसलेले होतेच. इथे तर त्या कुठल्या तरी अंधश्रद्धेच्या पायी नदीत स्वतःचे कापलेले केस टाकत होत्या. त्यामुळे मी त्यांच्याशी ह्या विषयावर भरपूर बोलले आणि त्यांना ह्या वेळेस तुमचे केस आम्ही तुम्हाला देणार नाही, हे ठणकावून सांगितले.** अर्थात थोड्याशा नाराज होऊनच त्या गेल्या. त्यामुळे मला वाटले, की त्या आता काही आपल्याकडे परत केस कापण्यासाठी येणार नाही. परंतु, एकीकडे मनात समाधान होते, की आपण निदान नदीला वाचवण्यासाठी, तिचे प्रदूषण कमी करण्यासाठी, आपल्या परीने छोटासा प्रयत्न तरी केला. पण दोन-तीन महिन्यांनी यामिनी मॅडम पार्लरमध्ये पुन्हा केस कापण्यासाठी आल्या, हे बघून मला मनातून थोडेसे बरे वाटले. चला, म्हणजे ह्या माझ्यावर रागावल्या तर नाहीत, पण खरी परीक्षा केस कापल्यावरच होती. पण यावेळी जाताना त्यांनी केसांची मागणी न करता उलट माझे हातात हात घेऊन आभार मानले आणि म्हणाल्या, 'माझ्या मनात असलेल्या अंधश्रद्धेपायी मी करत असलेल्या चुकीच्या गोष्टीचा तुम्ही कडाडून विरोध केल्यामुळे मला माझ्या कृत्याची लाज वाटली. मनात थोड्या काळासाठी तुमच्याबद्दल राग आला, परंतु तुमची चांगली भावना लक्षात आल्यामुळे मी आता निसर्गातील कुठल्याही गोष्टीची हानी करणार नाही हे ठरवून टाकले आहे.' त्यांचे हे बोल ऐकून आपण वेळीच दाखविलेल्या विरोधाचे झालेले चांगले परिणाम बघून, तसेच माझ्याबद्दल कुठलाही आकस, गैरसमज करून न घेता, मला समजून घेतल्याबद्दल मीसुद्धा त्यांचे आभार मानले.   =◉=

फज्जाची गंमत

मी नुकतेच पार्लर सुरू केले होते, तेव्हा एक परदेशी मुलगी जॅकलिन पार्लरमध्ये आली. तिला तिच्या केसांच्या छोट्या छोट्या वेण्या आणि त्यात मधेमधे वेगवेगळ्या रंगाचे मणी अशा प्रकारची हेअरस्टाइल करून हवी होती. मला सागरवेणी, खजूरवेणी, तीनपेडी वेणी अशा वेगवेगळ्या प्रकारच्या थोड्याशा अवघड वाटणाऱ्या वेण्यांच्या हेअरस्टाइल छानपैकी करता येत होत्या. त्यामुळे तिच्या अगदीच तीन पेडी छोट्या छोट्या वेण्या घालण्याची सोपी हेअरस्टाइल करून देण्याचे मी आनंदाने मान्य केले. जॅकलिन घरूनच येताना केस स्वच्छ धुऊन आली होती. शिवाय येताना ती तिचे नेहमीचे हेअरस्टाइल करताना वापरत असलेले स्प्रे आणि हेअर क्रीमही घेऊन आली होती. तिने आणलेले वेगवेगळ्या रंगाचे मणी कशा पद्धतीने प्रत्येक वेणीच्यामध्ये हवे हे सांगून **तिने तिचे आत्तापर्यंत बांधून ठेवलेले केस मोकळे सोडले. तिच्या केसांचा फुललेला पिसारा बघून आता चकित व्हायची वेळ माझ्यावर आली होती. मी पहिल्यांदाच एवढे अति कुरळे, घनदाट केस बघत होते.** अर्थात एकदा काम करणार असे सांगितल्यामुळे आता माघार घेऊ शकत नव्हते. मग मी तिच्या केसांचे वेगवेगळे भाग करून माझ्या कामाला सुरुवात केली. सुरुवातीला सोपे वाटणारे

हे काम, आता मात्र प्रत्येक भागातले केस मोकळे सोडल्यावर खूप वेळखाऊ झाले होते. तिच्या त्या घनदाट केशसंभारातून निम्म्यासुद्धा केसांच्या वेण्या घालून झाल्या नव्हत्या आणि मी पुरती घामाघूम झाले होते. शेवटी मधेमधे, छोटे छोटे ब्रेक घेत हाशहुश करत तिच्या सगळ्या केसांच्या वेण्या एकदाच्या घालून झाल्या. मग त्या तिला हव्या तशा पद्धतीने बांधून देऊन एकदाची हेअरस्टाइल पूर्ण झाली. पण **माझे हात त्या अगणित वेण्या घालून घालून इतके दुखत होते, की विचारूच नका. पुढचे कितीतरी दिवस मला एखादी डोक्यावर खूपसाऱ्या वेण्यांची हेअरस्टाइल केलेली परदेशी मुलगी दिसली, तरी इकडे माझ्या हाताची बोटे दुखू लागल्यासारखी वाटत.** असो, ह्यावरून मी कानाला खडा लावला. यानंतर प्रत्येकवेळेस हेअरस्टाइल करताना सर्वात आधी क्लायंटचे केस व्यवस्थित बघून, पडताळून, हात लावून मगच हेअरस्टाइल)करायचे मनोमन ठरवले. खरेच अनुभवांच्या शाळेत शिकताना प्रत्येक अनुभवांची प्रचीती आगळीवेगळी.

अशीच फजिती एकदा मेंदी डाय करायला आलेल्या क्लायंटचे केस बघून झाली. स्वराली पहिल्यांदाच आमच्या इथे मेंदी डाय करण्यासाठी आल्या. आम्ही मेंदी डाय करण्याअगोदर क्लायंटचे केस किती लांब आणि दाट आहेत, हे बघून त्या प्रमाणात मेंदी भिजवायचो. त्यामुळे मेंदी जास्त किंवा कमी न पडता योग्य प्रमाणात भिजवल्यामुळे उरत नसे आणि वायाही जात नसे. प्रत्येक क्लायंटच्या अपॉइंटमेंटनुसार ती आम्ही तयार करायचो. स्वरालीचे केस बघितले असता केसांच्या मुळापासून दीड-दोन इंच पांढऱ्या झालेल्या केसांची वेणी त्यांच्या पाठीवर रूळत होती. वेणी खूप जाड किंवा खूप पातळ नव्हती. त्यावर त्यांच्या केसांचा अंदाज घेऊन त्या प्रमाणात मेंदी तयार केली. मेंदी डाय करताना मेंदी शक्यतो रात्रभर, नाहीतर निदान पाच ते सहा तास भिजवून मगच क्लायंट्सच्या केसांना लावायचो. त्यामुळे त्यातील हर्बल पावडरचे गुणधर्म छानपैकी मेंदीत उतरायचा आणि मेंदीचा रंगही केसांना चांगला यायचा. **त्या दुसऱ्या दिवशी मेहंदी लावायला आल्या. त्यादिवशी त्यांनी केस मोकळे सोडले होते. त्यांचे पाठीवर रुळणारे भरगच्च दाट केस बघून आम्ही आश्चर्यचकित झालो. भिजवलेली मेंदी यांना पुरणार का, याविषयी मनात शंका निर्माण झाली.** आता काय करावे ह्याचा विचार मनात सुरू असताना, लक्षात आले की त्यादिवशी अजून एका क्लायंटची मेंदी डायची अपॉइंटमेंट होती. त्यामुळे त्यांच्यासाठीसुद्धा मेंदी तयार होती. मग मेंदी कमी पडली तर ती यांना वापरू आणि आमच्या त्या दुसऱ्या क्लायंटला फोनवर आमचा झालेला घोळ सांगून दुसऱ्या दिवशी येण्याची विनंती करू असे सुचले. त्यांना आधीच फोन केला, अर्थात मनात धाकधूक होतीच. या नेहमीच्या क्लायंट अपॉइंटमेंट रद्द करायला नाही म्हणाल्या तर काय करायचं. परंतु त्यांनी आमची झालेली अडचण

समजून घेत दुसऱ्या दिवशी येण्याचे मान्य केले. त्यामुळे त्यांच्यासाठी ठेवलेली मेंदी आम्हाला स्वरालीला वापरता आली आणि नवीन क्लायंटसमोर होणारी आमची फजिती टळली. स्वरालीला मी म्हटले, 'तुमचे वेणीमध्ये एवढे दाट केस असतील असे वाटले नाही ; परंतु सोडल्यावर मात्र कळले की किती भरपूर दाट आहेत ते.' मी असे म्हटल्यावर त्या म्हणाल्या, 'वेणी घालताना मी भरपूर तेल लावते. त्यामुळे केस व्यवस्थित चापून चोपून बसतात. मला केस मोकळे सोडलेले किंवा पिन लावलेली अजिबात आवडत नाही. पण केस धुताना शॅम्पू केल्यावर केस भरपूर फुलून येतात. प्रत्येक केस मोकळा होतो. मुळातच माझे केस दाट आहेत.' **त्यांच्या सुंदर, दाट केसांचं कौतुक करत मनात मात्र मी नवीन क्लायंटसमोर फजिती होता होता थोडक्यात वेळ निभावून नेल्याबद्दल सुटकेचा निःश्वास टाकला.** अर्थात त्यासाठी आम्हाला सहकार्य करणाऱ्या आमच्या नेहमीच्या क्लायंटला मी मनोमन धन्यवाद दिले.

वाक्याचा अतिरेक

आयब्रोज करण्यासाठी माझ्या पार्लरमध्ये कॉलेजमध्ये जाणाऱ्या मुलींची कायमच गर्दी होत असे. **एक आमची नेहमीची कॉलेज कन्यका ऐश्वर्या, आयब्रोज करताना प्रत्येक वेळेस असिस्टंट मुलींना 'मेरी आयब्रोज दबाके करना' असे सारखे पालुपद आळवत सांगत असे. 'आयब्रोज दबाके करेंगे तो फिर जल्दी जल्दी बढते नही' असे तिचे म्हणणे होते. त्यामुळे ऐश्वर्याच्या आयब्रोज कितीही व्यवस्थित केल्या, तरी ती 'अजून दाबून व्यवस्थित करा' असे वारंवार सांगत असे.** आयब्रोजच्या आजूबाजूची त्वचा खूप नाजूक असते, त्यामुळे दोऱ्याचा विशिष्ट दाब देऊनच आयब्रोज कराव्या लागतात. एकदा आयब्रोजचे केस काढल्यावर त्याठिकाणी परत परत दोरा चालवल्यास तिथली त्वचा खूप लाल होते. कधीतरी त्वचेला कट बसण्याचीसुद्धा शक्यता असते. त्यामुळे सगळ्या गोष्टी लक्षात घेऊनच आयब्रोज कराव्या लागतात. परंतु तिचे सतत एकच सांगणे 'दबाके करना.' ती अगदी पार्लरच्या बाहेर जाईपर्यंत मुलींना 'अच्छा दबाके किया ना' असे म्हणत असे. त्यामुळे तिच्या वाक्याचा अतिरेक होत असे आणि आम्हाला हसायला ते कारण पुरेसे होई.

=◉=

प्रसंगावधान

पार्लरमध्ये नियमित हेअर कलरिंगसाठी येणाऱ्या सारिकाला एकदा हेअरकलर लावताच थोड्याच वेळात चेहऱ्यावर, फोड यायला सुरुवात झाली. त्यामुळे त्वरित तिचा हेअरवॉश करून लगेच तिला डॉक्टरांकडे घेऊन गेले. डॉक्टरांनी तिला तपासले असता, 'हेअरकलरची ॲलर्जी नसून पित्ताने तिच्या चेहऱ्यावर फोड आले आहेत' असे सांगितले. आम्हाला मात्र थोड्या काळासाठी हेअरकलरचीच रिॲक्शन झाल्यामुळेच तिला त्रास झाला, असे वाटले. खरंच... आम्ही कितीही काळजी घेतली तरी कधी काय घडेल, हे काही सांगता येत नाही.

ब्लिच, फेशिअल करण्यासाठी अनुराधा पार्लरमध्ये आल्या होत्या. त्यांची त्वचा अतिशय कोरडी असल्यामुळे प्रत्येकवेळेस ब्लिच करताना अगोदर चेहऱ्याला व्यवस्थित क्रीम लावून मसाज केल्यानंतरच ब्लिच करीत असू. त्यादिवशी त्यांना क्रीमने चेहऱ्याचा व्यवस्थित मसाज करून क्रीम त्वचेत मुरल्यावरच ब्लीचिंग क्रीम लावले; परंतु पाचच मिनिटात त्यांनी चेहऱ्याची खूप आग होत असल्याचे सांगितले. त्यामुळे त्यांच्या चेहऱ्यावरचे ब्लिच त्वरित काढून तिथली त्वचा बघितली असता त्याठिकाणी थोडेसे लाल चट्टे उमटलेले दिसले. सर्वप्रथम त्यांचा चेहरा ओल्या कापसाने हळुवार पुसून त्याजागी बर्फ फिरवून कोरफडीचे जेल लावले. त्यामुळे त्यांच्या त्वचेला थंडावा मिळून चेहऱ्याची होणारी जळजळ आटोक्यात आली. एवढे सगळे करत असताना कटाक्षाने त्यांना मात्र आरशात चेहरा बघू दिला नाही. थोड्याच वेळात त्यांचा चेहरा पूर्ववत झाला. त्यानंतर त्यांचे फेशिअल करून दिले. चेहऱ्याची जळजळ होताच त्यांनी जर आरशात बघितले असते तर लाल झालेला चेहरा पाहून कदाचित त्या घाबरल्या असत्या. त्यामुळे त्यांच्यावर उपचार करताना आम्हाला अडथळा आला असता. सुदैवाने त्यांनी आमच्यावर विश्वास ठेवून सर्व उपचार व्यवस्थित करून घेतल्यामुळे होणारा अनर्थ टळला.

ब्लिच करताना आम्ही नेहमीच चेहऱ्याला क्रीम लावून मसाज केल्यानंतरच ब्लिच करत असू. परंतु कधीकधी असाही प्रसंग उद्भवून आमच्या ज्ञानाची, प्रसंगावधानाची परीक्षा व्हायची.

स्लो मोशन

पहिली ते दहावीपर्यंत शालेय विद्यार्थ्यांच्या शिकवण्या घेणाऱ्या अश्विनी मॅडम आमच्याकडे ब्युटी ट्रीटमेंट घ्यायला नियमित येत. त्या इतक्या हळू आवाजात आणि इतक्या शांत, सावकाश बोलत, की ह्या विद्यार्थ्यांना कसे शिकवत असतील? ह्यांचा वर्षभराचा अभ्यासक्रम त्या-त्या वर्षीच पूर्ण होत असेल का? असे प्रश्न माझ्या मनाला नेहमी पडायचे. **इतक्या कासवाच्या गतीने बोलणाऱ्या क्लायंट, त्यांना कुठली ब्युटी ट्रिटमेंट करायची आहे हे सांगतानासुद्धा इतका वेळ लावत, की त्यांचे काम करणारी मुलगी त्यांना काय करायचे आहे हे ओळखून अगोदरच तयारीला लागायची.** हेअरकट करतानासुद्धा इतक्या हळूहळू चेअरवर बसत, हेअरकट झाल्यावर सगळ्या अँगलने अगदी हळूहळू हेअरकट कसा झाला ते बघत, मग हळूच उठत. एकूणच त्यांच्या वयाच्या मानाने त्यांच्या हालचालीत कुठलेही चैतन्य जाणवत नसे. तसेच बोलण्याची स्टाइलसुद्धा रटाळ, हळूहळू असल्यामुळे त्या आल्या, की त्यांच्या गतीशी मिळते-जुळते घेत काम करताना आम्हीसुद्धा पिक्चरमध्ये दाखवतात तशा 'स्लो मोशन'च्या पद्धतीचा अनुभव घ्यायचो.

गोगलगाईच्या चालीने प्रत्येक काम हळूहळू करणाऱ्या काही क्लायंट एका बाजूला, तर सत्तर/पंच्याहत्तरच्या वयातही अंगात तरुणाईला लाजवेल अशा सळसळत्या उत्साहाने वावरणाऱ्या आमच्या काही क्लायंट्स होत्या. त्या आल्या की नव्या पिढीचे नवे फंडे आत्मसात करत. तरुणाईबरोबर तितक्याच उत्साहाने वावरणाऱ्या त्यांच्या व्यक्तिमत्त्वाने आमचाही दिवस ऊर्जेने भारला जाई. **अशा वेगवेगळ्या व्यक्तिमत्त्वाच्या अनेक रंगात रंगलेल्या क्लायंटच्या रंगात आमच्याही व्यक्तिमत्त्वाचा रंग मिसळून काम करण्याची मजाच काही और असे. म्हणूनच मला वाटते, अशा बहुरंगी व्यक्तींच्या सहवासाने आयुष्याला चव येते, ते कधीच बेचव, नीरस वाटत नाही.** यामुळेच अशा कधी 'स्लो मोशन' तर कधी विद्युल्लतेच्या चपळाईने वावरणाऱ्या क्लायंट्सच्या सान्निध्यामध्ये काम करताना खूप मजा अनुभवयास मिळत गेली.

स्लो मोशन / ५२

उत्साह अनलिमिटेड

कॉलेजमध्ये प्राध्यापक असणाऱ्या सुनेत्रा मॅडम आल्या, की म्हणत 'मी आज भरपूर वेळ काढून आलेली आहे. माझे सगळे काम तुम्ही छान करून द्या.' त्या शरीराने अतिशय स्थूल होत्या. तरीसुद्धा त्यांचा वावर अतिशय उत्साही असे. चपळपणाने सगळ्या गोष्टींमध्ये हिरिरीने भाग घेण्याचा त्यांचा स्वभाव होता. कॉलेजमधून निवृत्त झाल्यावर रोटरी क्लबच्या माध्यमातून सामाजिक कार्यात भाग घेणाऱ्या, प्रत्येक गोष्ट मनापासून आवडीने करणाऱ्या, घरातले स्वयंपाक-पाणी, नातवंडाची काळजी घेणाऱ्या अशा त्या अगदी हसतमुख व्यक्ती होत्या.अखंड उत्साहाचा झरा असणाऱ्या आणि सतत स्वतःचे वजन नियंत्रणामध्ये आणण्यासाठी प्रयत्नपूर्वक व्यायाम करणाऱ्या या क्लायंट, स्वतःचा अति स्थूल देह सांभाळत पार्लरमध्ये दर महिन्याला आवर्जून येत, तेव्हा आम्हालाही खूप आनंद व्हायचा. **त्यांचे फेशिअल पूर्ण करून आम्ही त्यांना फेसपॅक लावून, त्यांच्या डोळ्यांवर गुलाब पाण्याच्या कापसाच्या घड्या ठेवायचो. तेव्हा आमच्या चांगल्या कामाची पावती म्हणून त्या असा काही घोरण्याचा मोठ्ठा सूर लावत, की त्यामुळे नकळत हसण्याच्या लकेरी उमटत असत.** कधीकधी फेशिअल करताना अति चुळबुळ करणारे क्लायंट एका बाजूला, तर फेशिअलचा छानपैकी आनंद घेऊन झोप लागून घोरणाऱ्या या दुसऱ्या बाजूला.

आम्हाला मात्र कुणाला काय सांगावे हे आणि कसे वागावे कळत नसे. असो, आम्ही मात्र ग्राहकांच्या अपेक्षेप्रमाणे त्यांचे काम चांगल्या प्रकारे करून देण्यासाठी नेहमीच तत्पर रहायचो.

ऑर्डर ऑर्डर ...

वकील असणाऱ्या समीक्षा आणि नेत्रा ह्या दोघी मैत्रिणी एकत्रच पार्लरमध्ये आल्या. त्यातली समीक्षा वेगवेगळ्या कॉलेजमध्ये गेस्ट लेक्चर्स घ्यायची, तर नेत्रा क्रीमिनल क्षेत्रातील खटले हाताळत असे. नेमक्या त्याच दिवशी, अनघा, आमच्या नेहमीच्याच वकील क्लायंटसुद्धा ब्युटी ट्रीटमेंट्स घेण्यासाठी त्याच वेळेस पार्लरमध्ये आल्या होत्या. त्यासुद्धा एका प्रतिष्ठित कॉलेजमध्ये विधी शाखेच्या विद्यार्थ्यांना शिकवत असत. समीक्षा आणि नेत्राचे संभाषण ऐकून त्यांनीसुद्धा त्यांना सांगितले, की मीसुद्धा वकील असून कॉलेजमध्ये प्रोफेसरही आहे. अशा प्रकारे तिघींचाही सुखसंवाद त्यांच्या वकिली पेशाला धरून सुरू झाला. त्यांचे संभाषण सुरू असताना साहाय्यक मुली त्यांचे काम करून देण्यात मग्न होत्या. इतक्यात त्यांच्या संभाषणाची गाडी जी आत्तापर्यंत सुसंवादाच्या रुळावरून व्यवस्थित धावत होती, तिने एकदम ट्रॅक बदलून विसंवादाचा रस्ता कधी पकडला हे तिघींनाही आणि आम्हालाही कळले नाही. कुठल्या तरी

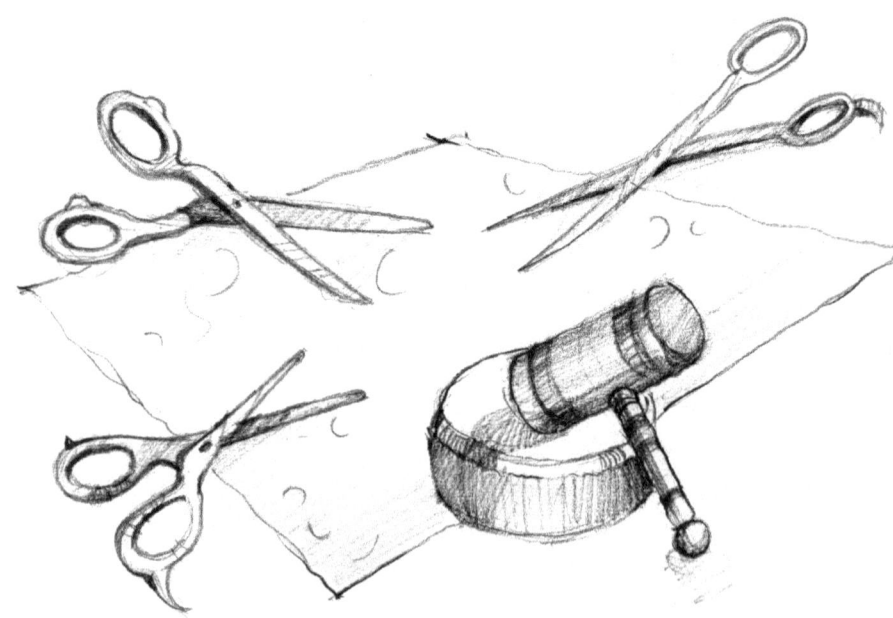

मुद्द्यावरून त्यांच्यात आता चांगलीच वादावादीला सुरुवात झाली होती. आत्तापर्यंतच्या कोमल सप्तकातल्या स्वरांनी तार सप्तकातल्या स्वरांची जागा घ्यायला सुरुवात झाली होती. त्यामुळे आम्हा सर्वांचे लक्ष विचलित झाले. त्याचा परिणाम होऊन साहाय्यक मुली घाबरून त्यांचे काम करू लागल्या. माझाच मुद्दा कसा बरोबर हे पटवून देताना स्वतःचे ज्ञान आणि हुशारी सिद्ध करण्याच्या नादात एकमेकांवर आरोप-प्रत्यारोप करत तिघींचाही आवाज चांगलाच शिगेला पोहचला होता. पार्लरमध्ये रंगलेला कोर्टातला हा सीन पाहून ह्यांचा वादविवाद न जाणो कोणत्या वळणावर येऊन ठेपेल? ह्याचा विचार करताना माझ्या मनात मात्र सनी देओलचा डायलॉग घुमू लागला होता, 'ये ढाई किलो का हाथ किसी पे उठता है, तो वो आदमी उठता नहीं उठ जाता हैं!'

बापरे! मनात हे कल्पना चित्र तयार होऊ लागताच तिघींना कसे सावरावे ह्याची चिंता मला सतावू लागली.

बरे तिघीही नामांकित वकील. त्यामुळे 'ऑर्डर ऑर्डर' कोण म्हणणार आणि 'ऑब्जेक्शन माय लॉर्ड' कसे म्हणणार, असा मला प्रश्न पडला. शेवटी मी त्यांच्या संभाषणाला वेगळा विषय द्यावा म्हणून त्यांना पार्लरच्या विषयांकडे वळवले. त्या सहजपणे थांबत नव्हत्या. पण हळूहळू त्यांनाही आपण कुठे आणि कोणता विषय ताणत आहोत हे लक्षात आले आणि तो 'खटला' अखेर त्यादिवशी बरखास्त झाला आणि आम्ही 'केस' जिंकल्याच्या आनंदात पुढच्या कामाकडे वळलो.

करिअरच्या वाटेवर

कधीकधी आपल्याला काही गोष्टी खूप उशिराने उमगतात. म्हणजे आपल्याला एखाद्या गोष्टीची आवड आहे, हे कळायला खूप दिवस लागतात. एखादी गोष्ट आपल्याला आवडते आणि ती आवडच आपण आपले करिअर म्हणून करावे, हे कळायला मलासुद्धा तसा खूप कालावधी लागला. दहावीला चांगले मार्क मिळाले. त्यामुळे विज्ञानशाखेला प्रवेश घेतला. बारावीनंतर कॉम्प्युटर सायन्स ह्या नवीन क्षेत्राबद्दल माहिती मिळाली. त्यामुळे नवीन काहीतरी करू, म्हणून ह्या क्षेत्रातली पदवी घेतली. पदवी मिळाल्याबरोबर मला नोकरी करायची संधी लगेच मिळाली. त्याप्रमाणे त्याच क्षेत्रात नोकरी करू लागले. त्याच दरम्यान लग्न ठरले आणि थोड्याच कालावधीत लग्न होऊन मी पुण्यात आले.

नव्या नवलाईच्या उत्साहात लग्नानंतरचे दिवस मजेत जात होते. थोड्याच दिवसांत मी पुढे काय करावे? ह्याची घरात चर्चा सुरू झाली. अर्थात ज्या क्षेत्रात पदवी मिळवली होती, त्यात नोकरीचा अनुभव होता. त्यामुळे एखाद्या सॉफ्टवेअर कंपनीत नोकरी शोधावी असे ठरले; परंतु, माझ्या नजरेसमोर मी नोकरी करत असताना होणारी धावपळ तरळून गेली. नोकरी करत असताना सकाळी लवकर घराबाहेर पडावे लागायचे आणि संध्याकाळी घरी यायला मला जवळजवळ साडेसात व्हायचे. दिवसभर काम करून थकल्यामुळे घरी आल्यावर जेवून लगेच झोपी जायचे. मला माझ्या नोकरीच्या वेळांमुळे घरात काहीच काम करता येत नव्हते. कामावर जाताना आई जेवणाचा डबा आयता हातात द्यायची. पण लग्न झाल्यानंतर सासरी स्वयंपाक करणे अर्थात सासूबाईंच्या मदतीने, तसेच घरातील इतर कामे करणे हे समजून घेण्यात दिवस जात होते. त्यामुळे **माझ्या मनात नोकरी करावी की घर आणि करिअर ह्या दोन्हींचा ताळमेळ बसेल असे काहीतरी करावे, ह्याचा विचार घोळत होता. बऱ्याच विचारांती मला माझ्या आवडीचा, छंदाचाच व्यवसाय म्हणून स्वीकार करावासा वाटू लागला. त्यामुळे मला घराकडे लक्ष देता येणार होते. स्वतःच्या वेळेप्रमाणे व्यवसाय करता येणार होता. तसेच कोणाचे बंधनसुद्धा असणार नव्हते आणि आवडीच्या क्षेत्रात काम करण्याचे समाधानसुद्धा लाभणार होते.** घरातील सर्वांना मी तसे सांगितले; परंतु शिक्षण आणि नोकरीचा पूर्वानुभव या पार्श्वभूमीवर सगळ्यांना माझी ब्युटीपार्लर सुरू करण्याची कल्पना एवढी आवडली नसल्याचे माझ्या लक्षात आले. अर्थात त्यांना ह्या व्यवसायाविषयी एवढे माहीत नसल्यामुळे, त्यांचा विरोध

होणार हे मी गृहीतच धरले होते. परंतु, मी नोकरी न करता हाच व्यवसाय करणार हे सर्वांना योग्य मुद्दे सांगून, समजावून सांगितले. चांगले शिक्षण, नोकरीचा अनुभव असताना हे काय भलतेच क्षेत्र निवडले म्हणून सर्वांच्या मनात थोडी शंका असणे साहजिक होते.

घरातून परवानगी मिळाल्यामुळे मी सौंदर्योपचार अर्थात ब्युटीपार्लरच्या व्यवसायासंदर्भात परत एखादा कोर्स करायचे ठरवले. कॉलेजमध्ये असताना सुट्टीत मी ब्युटीपार्लरचा बेसिक कोर्स केला होता. त्याला खूप दिवस झाले होतेच; शिवाय अधिक ॲडव्हान्स कोर्स शिकण्यासाठी परत एखादा कोर्स करणे गरजेचे होते. त्यामुळे मी व्यवसाय सुरू करायच्या आधी परत एकदा एक कोर्स पूर्ण केला.

कॉलेजमध्ये असताना मी पार्लरचा कोर्स केल्यावर माझ्या बऱ्याच मैत्रिणींचा त्यांच्या लग्नात मेकअप करून दिला होता. तेव्हा लग्नात नवरीचा मेकअप तिच्या मैत्रिणी किंवा नातेवाईकांमधील मेकअपविषयी आवड असणारी एखादी मावशी किंवा काकू करायची. तेव्हा जे काही माफक साहित्य उपलब्ध असायचे, त्यातच तो मेकअप होत असे. क्वचित काहीजणी ब्युटिशिअन बोलवून मेकअप करून घेत, तेव्हा ही पद्धत एवढी रूढ झाली नव्हती. **मला चित्र काढणे, पेंटिंग करणे, भरतकाम करणे अशा**

कला अवगत होत्या आणि ह्या कलांविषयी खूप आवड असल्यामुळे मला वाटते, की माझ्या मनात चेहऱ्यावर मेकअप करण्याची आवड निर्माण झाली. दहावीच्या मोठ्या सुट्टीत मी मेंदीचा कोर्स केला होता, तसेच बऱ्याच जणींच्या हातावर मेंदी काढून देण्याचे काम मी आवडीने करायचे. तेव्हा ह्या क्षेत्राला एवढे व्यावसायिक स्वरूप प्राप्त झाले नव्हते. एकंदरीतच माझा कल कला ह्या क्षेत्राकडे होता. तसेच मला छान राहण्याची खूप आवड असल्यामुळे कधी केसांना कंडिशनिंग करण्यासाठी घरच्या घरी अंडे लाव, तर कधी केस निरोगी, चमकदार राहण्यासाठी आठवड्यातून एकदा तेलाने मसाज कर, अशी मला जी जी शक्य होईल ती सौंदर्यसाधना माझी नित्य सुरू असायची. कॉलेजमध्ये गेल्यावर घरच्या घरी व्हॅक्स तयार करून व्हॅक्सिंग कर, तर कधी नखे वाढवून त्यांना व्यवस्थित आकार देऊन नेलपेंट लाव, त्यांची काळजी घेणे, असे उद्योग करायचे. हव्या त्या रंगाची नेलपेंट मिळविण्यासाठी दुकाने पालथी घालणे हा माझा आवडीचा छंदच होऊन बसला. **एकदा एका मासिकात मी एका अभिनेत्रीच्या पांढऱ्या रंगाचे नेलपेंट लावलेल्या हाताचा फोटो बघितला. तिची ती पांढऱ्या रंगात सुंदर दिसत असलेली नखे बघून मी तशा रंगाचे नेलपेंट मिळविण्यासाठी माझ्या गावातली इतकी दुकाने पालथी घातली की विचारूच नका.** पण प्रत्येक वेळेस मला मोतिया नाहीतर फिकट गुलाबी रंगाचीच नेलपेंट मिळत गेली. शेवटी माझ्याकडे ह्या रंगाच्या इतक्या बाटल्या जमा झाल्या, की त्या बघून आईचा ओरडा खावा लागला. कारण तेव्हा एवढे पैसे खर्च करणे म्हणजे खूप चैनीची गोष्ट होती. परंतु अनेक दिवस मला पांढऱ्या रंगाची नेलपेंट मिळेना. अखेर खूप दिवसांनी मी बारावीच्या परीक्षेनंतर प्रवेश परीक्षा द्यायला मुंबईला गेले असता चर्चगेट, फोर्ट भागात रस्त्याच्याकडेला बसणाऱ्या विक्रेत्याकडे मला ती मिळाली. तेव्हा आमच्या गावात आत्तासारख्या विविध रंगाच्या नेलपेंट मिळत नसत. ठरावीकच रंगाच्या नेलपेंट मिळत. त्यामुळे मला त्या विक्रेत्याकडे असणाऱ्या विविध रंगांच्या नेलपेंट्स बघून खूप आनंद झाला आणि अतिशय हट्टाने वडिलांना समजावत जवळजवळ सगळ्याच रंगांच्या नेलपेंट्स मी खरेदी केल्या. अर्थात घरी आल्यावर आईची भरपूर बोलणी खाल्ली. पण मी फार क्वचितच हट्ट करत असल्यामुळे वडिलांनी आईला समजावले. **आजही माझ्याकडे सगळ्या रंगाच्या नेलपेंट्स संग्रही असल्या, तरी माझी लहानपणापासूनची आवडीची पांढरी शेडच मला अधिक भावते.**

=◉=

या जन्मावर या जगण्यावर

आयुष्यात आपण शाळा, कॉलेजमध्ये रूढ शिक्षण घेतो. हे शिक्षण घेऊन जेव्हा आपण बाहेरच्या जगात वावरतो तेव्हा आपल्याला रोज नवीन गोष्टी, आव्हाने, अनुभव समोर येत असतात. त्या अनुभवांमधूनच आपलं जगाच्या शाळेतलं शिक्षण अखंड सुरू राहते. अशा अनुभवांमधूनच आपण अधिकाधिक परिपक्व, समजदार होत जातो. आयुष्यात वेगवेगळ्या टप्प्यावर आपल्याला अनेक लोक भेटत असतात. काही लक्षात राहतात, काही त्या त्या वेळेस ती भूमिका वठवून आपल्या आयुष्यातून आपल्याला शहाणे करून अलगद बाजूला निघून जातात. अशा अनेक लोकांबरोबर राहत आपण आपले जीवन जगत असतो. आपण वृत्तपत्रांमध्ये, पुस्तकांत किंवा चित्रपटात अनेकांचा जीवनसंघर्ष बघतो. जणू त्यांचे आयुष्य म्हणजे एखादी प्रेरणादायी गोष्ट असते. त्या गोष्टींपासून निश्चितच आपल्याला जगण्याचे मर्म समजते. **आपण आशा-निराशेच्या हिंदोळ्यावर झुलत असताना अशा लोकांचे अनुभव आपल्याला जीवनाचे सार म्हणजे 'जगणे' हेच आहे हे किती सुंदर रीतीने पटवून जातात.** नव्हे प्रचंड इच्छाशक्ती, सकारात्मकतेमुळे सर्वजण आपले आयुष्य सुंदर बनवू शकतात, याचे उदाहरणच आपल्यासमोर मांडतात.

साठी पासष्ठीच्या सुहासिनी मॅडम माझ्या पार्लरजवळच्या अपार्टमेंटमध्ये राहत होत्या. त्या माझ्याकडे हार्मोनल बदलामुळे चेहऱ्यावर आलेले अनावश्यक केस काढण्यासाठी येत असत. दिसायला अगदी लहानखुऱ्या; परंतु अतिशय चपळ, उत्साही होत्या. या वयातही आपला वेळ वाया न घालवता त्या शिवणकामाद्वारे आपली आवड जोपासत सतत कार्यमग्न राहत होत्या. सुंदर बाळंतविडे, ॲप्रन, फ्रॉक त्या शिवत. त्या मला नेहमी त्यांनी काय काय शिवले ते सांगत. माझ्याकडे येणाऱ्या महिलांना जर बाळंतविडे, ॲप्रन हवे असले तर मी त्यांना त्यांच्याकडे आवर्जून पाठवत असे. तर अशा सतत कार्यमग्न असणाऱ्या तरुणांना लाजवेल अशा सळसळत्या उत्साहाच्या सुहासिनी मॅडम एकदा खूप आजारी पडल्या. त्यांच्या सूनबाईंनी त्यांचा त्या दवाखान्यात असतानाच काढलेला व्हिडीओ मला दाखवला, तेव्हा अशक्त शरीर, त्यांच्या डोक्यावरचे सगळे केस काढलेले, त्यांना असे बघून मला खूप वाईट वाटले. आजकाल मोबाइलमुळे लोक कुठे आणि कशा कशाचे व्हिडीओ काढतील, कसा वापर करतील हे सांगता येत नाही. पण त्यांची अशी अवस्था बघून त्या खूप आजारी आहेत हे तर कळले.

नंतर एवढ्या आजारातून बऱ्या होऊन त्या घरी आल्याचे मला समजले. त्यांना

भेटायला घरी जायचे हे मी ठरवले होतेच. त्याप्रमाणे सवड मिळताच त्यांच्याकडे भेटायला गेले. अशक्तपणा असला तरी त्यांचा उत्साह अजिबात कमी झालेला नव्हता. त्यांनी मला विनंती केली की सध्या त्यांना त्रास होत असल्यामुळे त्यांना लागणारे सौंदर्योपचार मला घरी येऊन द्यायला जमेल का? अर्थात मी त्यांना नाही म्हणण्याचा प्रश्नच नव्हता. माझ्या असिस्टंटनी दोन-तीन वेळा त्यांच्या घरी जाऊन, त्यांना हवे ते सौंदर्योपचार केले. त्यांच्या घरी जाऊन काम करताना त्या प्रत्येकवेळेस म्हणत, की लवकरच मी पार्लरमध्ये येऊन हे सर्व करून घेईन आणि खरोखरच त्या थोड्याच दिवसांत पार्लरमध्ये येऊ लागल्या. सुरुवातीला त्या काठीचा आधार घेत आणि घरातील कुणीतरी व्यक्ती त्यांना पार्लरमध्ये सोडायला येत. **परंतु प्रत्येकवेळेस त्या मला सांगत लवकरच मी विनाकाठी आणि कुणाचाही आधार न घेता स्वतःच चालत पार्लरमध्ये येईन. काही दिवसांत स्वतःच्या सकारात्मक वृत्तीने, जबरदस्त इच्छा शक्तीच्या बळावर त्या एकट्या सर्वत्र हिंडू-फिरू लागल्या. त्यांच्या सुनेने सांगितले, की डॉक्टरसुद्धा त्यांच्या प्रकृतीत पडलेला फरक बघून अचंबित झाले. तेव्हा हे ऐकून मी मनोमन त्यांना नमस्कार केला.** सतत कार्यमग्न राहणाऱ्या, उत्साहाच्या झऱ्याला अखंड वाहता ठेवणाऱ्या माझ्या या ज्येष्ठ क्लायंटच्या सकारात्मक वृत्तीला, गंभीर आजाराबरोबर लढण्याच्या लढाऊ बाण्याचे मला अतिशय कौतुक वाटले.

आयुष्यात छोट्या-मोठ्या कारणांनी निराश होणाऱ्या, कण्हत-कुथत आयुष्य जगणाऱ्या लोकांपेक्षा आपल्या आवडी-निवडी जोपासत, उर्वरित आयुष्य आनंदाने, कार्यमग्न राहून, आत्मनिर्भर राहून जगण्यासाठी त्यांचा सकारात्मक दृष्टिकोन पाहून मला त्यांचा खूप अभिमान वाटला; शिवाय मला जगण्याची प्रेरणाही देऊन गेला.

=◉=

बंध भावनांचे

पुण्यासारख्या ठिकाणी अनेक विद्यार्थिनी शिक्षणासाठी येऊन राहतात. त्यांपैकी माझ्याकडे येणाऱ्या मुलींचे मी निरीक्षण करत असे. सुरुवातीला या मुली नवीन नवीन शहरात दाखल होत, तेव्हा त्या अगदीच लाजऱ्या-बुजऱ्या असत. त्या खेडेगावातून किंवा छोट्या शहरातून आलेल्या असल्या, तर बरेचदा त्यांना पार्लरमधील सौंदर्योपचारांबाबत फारशी माहिती नसे. कपड्यांची फॅशन किंवा चेहऱ्याची, शरीराची निगा कशी राखावी ह्याबद्दल फारशी जागरुकता नसायची. परंतु, हळूहळू तीन-चार महिन्यांत त्यांच्या वागण्या-बोलण्यात, राहणीमानात फरक पडायचा. सुरुवातीला मी विचारलेल्या प्रश्नांना मोजकेच बोलून उत्तरे देणाऱ्या या मुली कालांतराने माझ्याशी अगदी मनमोकळेपणाने बोलत. शहरातल्या प्रदूषणामुळे केस, त्वचा यांची काळजी कशी घ्यावी हे मी त्यांना सांगायचे. कुठे काय चांगले मिळते किंवा एखादी अडचण आली तर काय करायचे, याबद्दल किंवा त्यांना काही गोष्टींविषयी सल्ले हवे असल्यास त्या माझ्याशी आवर्जून चर्चा करत. शहरात फ्लॅट घेऊन एकट्या राहताना त्यांना येणाऱ्या अडीअडचणी त्या मला सांगत. त्यांना माझ्याशी बोलून आश्वासक माहिती मिळायची. कधीकधी होम सिक झाल्या, तर नुसत्या भेटून, बोलून जात असत. मलासुद्धा त्यांना धीर देण्यात, त्यांच्या अडीअडचणींना धावून जाण्यात, त्यांच्या वेगवेगळ्या शंका-कुशंकांना उत्तरे देण्यात कधी अडचण वाटली नाही. त्यामुळे **अशा कितीतरी मुलींशी माझी सौंदर्यतज्ज्ञ या नात्याव्यतिरिक्त, त्यांच्या अंतरंगात डोकावण्यामुळे छान मैत्री जुळून आली होती. त्यांच्याशी निर्माण झालेल्या या मैत्रीपूर्ण संबंधांमुळे माझ्या खूप ओळखी झाल्या आणि छान मैत्रिणी मिळाल्या.** शिक्षण पूर्ण करून त्या त्यांच्या गावी जात, तेव्हाही त्या मला भेटून निरोप घेत. कधी त्या पुण्याला कामानिमित्त येत, तेव्हा आवर्जून मला भेटायला येत. माझ्या सल्ल्याची, वेळोवेळी दिलेल्या माहितीची त्यांना नेहमीच आठवण येई, असे त्या मला सांगत. वेळप्रसंगी त्या चुकत असतील, तर मी मोठ्या बहिणीच्या नात्याने त्यांना रागवतही असे. त्याचे त्यांना त्यावेळेस वाईट वाटायचे, परंतु माझा चांगला उद्देश लक्षात आल्यावर त्या पुन्हा भेटून मला तसे सांगतही असत.

एकूणच ह्या व्यवसायामुळे माझ्या अनेक ओळखी झाल्याच, पण वय, सामाजिक, आर्थिक चौकटींचे बंधन न येता मला अशा महिला, मुलींशी मैत्री करता आली. अनेक लोकांचे आशीर्वाद, त्यांच्या शुभेच्छा कायम मला लाभल्या.

लाईफ पार्टनर

नेहमीप्रमाणे सकाळी आम्ही आमच्या कामात व्यग्र असताना, एक साठीच्या आसपास असणारे गृहस्थ मला भेटायला आले. त्यांनी सांगितले, की त्यांची पत्नी शामल हिला हेअरकटसाठी पार्लरमध्ये यायचे आहे. त्यासाठी त्यांनी वेळ मागितली. वेळ घेण्यासाठी यांच्या पत्नी न येता हे कशासाठी इथे आलेत, याचे खरे तर मला आश्चर्य वाटले. पण पहिल्या भेटीत मी त्यांना काही खोलात जाऊन प्रश्न विचारले नाही आणि त्यांनीही मला काही जास्त सांगितले नाही.

दुसऱ्या दिवशी ते पत्नीला घेऊन आले, तेव्हा त्यांना बघितल्यावर मला ते स्वतः अपॉइंटमेंट घ्यायला का आले होते, याचा उलगडा झाला. कारण त्यांच्या पत्नीला एकेक पाऊल टाकणेसुद्धा खूप मुश्कील होत होते. मदतनीस महिलांच्या साहाय्याने त्यांनी पत्नीला पार्लरमध्ये आणले होते. त्यांनी त्यांच्या पत्नीचे केस कशा पद्धतीने कापायचे हे सांगून ते गाडीत बसायला गेले. आमच्या टीमने त्या बाईंना व्यवस्थित खुर्चीमध्ये बसवले. त्यांच्या पतीने सांगितल्याप्रमाणे त्यांचा हेअरकट करून दिला. छान सेटिंग करून दिले. त्यांचे काम झाल्यावर त्यांच्या यजमानांना बोलावले. त्यांनी पत्नीला हेअरकट आवडला का? विचारले. शिवाय मला 'थँक यू'देखील म्हणायला सांगितले. त्यांच्या पत्नीने अतिशय अडखळत, परंतु प्रसन्न मुद्रेने मला हेअरकट आवडल्याचे सांगितले.

यानंतर दर दोन-तीन महिन्यांनी ते गृहस्थ पत्नीला पार्लरमध्ये घेऊन येत. त्यामुळे आता त्यांची आणि माझी चांगली ओळख झाली होती. मी एकदा त्यांना सांगितले, की 'तुम्हाला त्यांना इथे घेऊन येताना बराच प्रवास करावा लागतो. त्यांना उचलून गाडीत बसवणे, इथपर्यंत हळूहळू घेऊन येणे, त्यामुळे मीच तुमच्या घरी येऊन काम करून देत जाईन.' पण त्यावर ते मला म्हणाले, **'पार्लरमध्ये येताना, पार्लरमधून आल्यावर पत्नी अतिशय आनंदी असते. थोडेसे बाहेर जाऊन स्वतःला नीटनेटके केल्यामुळे त्यांना खूप आनंद होतो. त्यामुळे मी त्यांना इथेच घेऊन येतो.'** हे ऐकल्यानंतर स्वतःला कितीही त्रास झाला तरी केवळ पत्नीच्या आनंदासाठी ते करत असलेले प्रयत्न बघून मला खरोखर खूप छान वाटले. काही महिन्यांनंतर मात्र त्यांना चालता येईनासे झाले, तेव्हा मी आणि माझी टीम त्यांच्या घरी जायचो. मी प्रथम त्यांच्या घरी गेले, तेव्हा दारात रांगोळी काढलेली होती. घर अतिशय नीटनेटके, स्वच्छ, कलात्मकतेने सजवलेले होते. त्यांच्या पत्नीची खोलीसुद्धा अतिशय व्यवथित ठेवलेली

होती. मला हे सर्व पाहून खूप आश्चर्य वाटले. कारण बरीच वर्षे त्यांची पत्नी आजारी होती, तरी हे गृहस्थ आजारी पत्नीची सेवा करून मदतनीसांच्या साहाय्याने घर एवढे नीटनेटके, सुंदर ठेवत होते. हे बघून खरोखर खूप आश्चर्य वाटले. **एखाद्या घरातली गृहिणी एक दिवस जरी कुठे बाहेर गेली, तरी घरातल्या लोकांची अतिशय धांदल उडते. सर्व घर अस्ताव्यस्त होते आणि इथे तर त्या आजारी असूनसुद्धा त्यांचे घर आनंदाने, स्वच्छतेने, कलात्मकतेने सजले होते.** खरोखर अशी पत्नीची काळजी घेणारे पती बघून मला आश्चर्यमिश्रित कौतुक वाटले. याशिवाय त्यांनी मला सांगितले की त्यांना छान वाटावे, बरे वाटावे, हवापालट व्हावा म्हणून त्यांना ते वर्षातून चार महिने अमेरिकेला मुलीकडे घेऊन जातात. पत्नीच्या शरीरस्वास्थ्याची काळजी घेण्याबरोबरच मनाच्या स्वास्थ्यासाठी विशेष काळजी घेण्यासाठी धडपड करणारा जोडीदार पाहून मी त्यांना कडक सॅल्यूट ठोकला.

सुखदुःखात एकमेकांची काळजी घेत वेळप्रसंगी एकमेकांचा आधार होऊन, नवरा-बायकोच्या नात्यातील सहजीवन फुलवत ठेवून, प्रामाणिकपणे नाते जपणारे जोडीदार (लाईफ पार्टनर) एकमेकांना लाभणे म्हणजे खरोखर भाग्याचीच गोष्ट म्हणावी लागेल. घरात एक दिवस जरी कोणी आजारी पडले, तर सगळ्या घरादाराची घडी विस्कटते. आजारपण वाढले तर कराव्या लागणाऱ्या तडजोडींमुळे चिडचिड होते आणि इथे तर मनावर, चेहऱ्यावर कुठेही त्राग्याची, चिडचिडीची पुसटशी रेषाही उमटू न देता, पत्नीच्या आनंदासाठी, तिची मनोभावे सेवा करणारे गृहस्थ बघून त्यांच्या प्रेमापुढे, त्यांच्या वागणुकीपुढे मी मात्र नतमस्तक झाले.

जगात पत्नीला मूल झाले नाही, तर लगेच दुसरे लग्न करणारे, पत्नीला दुय्यम दर्जा देणारे, हुंड्यासाठी पत्नीचा छळ करणारे महाभाग बघितल्यावर आपल्या आजारी पत्नीची मनोभावे, कुठेही त्रागा, कुरकुर न करता सेवा करणारे हे गृहस्थ माझ्या मनावर ठसा उमटवून गेले.

=◉=

सेटिंग

मंजुषा, आमच्या नेहमीच्या क्लायंट. एकदा त्यांच्या मुलीला पार्लरमध्ये घेऊन आल्या. शाळेतल्या एका कार्यक्रमासाठी तिचे केस कृत्रिमपणे सरळ (हेअर स्ट्रेटनिंग) करायचे होते. मुलीचे केस कमरेपर्यंत लांब होते. त्यांना दुसऱ्या दिवशी सकाळी लवकर शाळेत जायचे होते आणि त्यासाठी त्यांना आदल्या दिवशीच केस सेट करून हवे होते. आयर्निंग या प्रक्रियेने सरळ केलेले केस साधारणतः सात ते आठ तास व्यवस्थित सरळ राहतात; परंतु दुसऱ्या दिवसापर्यंत ते तितके व्यवस्थित राहतील की नाही याची खात्री देता येणार नाही, हे मी त्यांना अगोदरच सांगितले. पण मुलीच्या हट्टापायी आयर्निंगनेच केस सरळ करून द्या, असे त्या म्हणाल्या. केस सरळ करण्याची प्रक्रिया सुरू केली, तेव्हा केसांना हात लावताच केस खूप कोरडे आणि केसांमध्ये खूप गुंता असल्याचे लक्षात आले. नेहमीप्रमाणेच त्यांनी सांगितले, की 'अहो, आत्ताच गुंता काढून आलोय. इतक्यात लगेच कसा गुंता झाला माहीत नाही.' असो, हे 'गुंता' प्रकरण आम्हाला नेहमीप्रमाणेच गुंतागुंतीचे असल्यामुळे माझ्या टीमने सर्वप्रथम केसांमधील गुंता काढायला सुरुवात केली. केसांना व्यवस्थित मॉईस्ट करून त्यांना हवे तसे केस सरळ करून दिले. या केसांची घरी उद्यापर्यंत काय काय काळजी घ्यायची हेही सांगितले. म्हणजे केस दुसऱ्या दिवशी व्यवस्थित सरळ राहतील. दोघीजणी खूप खूश होऊन घरी गेल्या.

दुसऱ्या दिवशी दुपारी दोघी मायलेकी पार्लरमध्ये आल्या. मी कार्यक्रम कसा झाला

हे विचारणार, तोच त्यांनी माझ्यावर टीकास्त्र सोडले. मोठ्या आवाजात मला खूप बोलायला लागल्या. 'तुम्ही माझ्या मुलीचे केस व्यवस्थित सरळ करूनच दिले नाहीत. लगेच खूप खराब झाले. तुम्ही असे कसे काम करता?' खरे तर काल त्यांच्यासमोरच मी काम करून दिले होते. माझे काम व्यवस्थित झाले नसते, तर त्यांनी लगेच मला तसे सांगितले असते. खात्री करूनच त्या घरी गेल्या होत्या. *त्यांचे म्हणणे ऐकून घेतल्यावर मी त्यांच्या मुलीला, 'तू संध्याकाळी कुठे कुठे गेली होतीस' ते विचारले. त्यावर ती म्हणाली, की 'सोसायटीच्या गणपती मिरवणुकीत मी नाचले आणि नाचताना केस मधेमधे येत असल्यामुळे मी त्यांची वेणी घालून ते बांधून ठेवले.' हे तिने सांगताच मला माझे उत्तर मिळालं. मी फक्त तिच्या आईकडे सहेतुक बघितले.* आता त्या सारवासारव करत उडवाउडवीची उत्तरे द्यायला लागल्या. खरे तर आता त्यांना काही बोलायला उरलेच नव्हते. त्यांनी आमच्याकडे न बघता पार्लरमधून लगेच काढता पाय घेतला. असो, आम्ही नेहमी कोणतीही विशेष प्रक्रिया किंवा उपचार केले, तर काय काळजी घ्यायची हे व्यवस्थित सांगतो. तरीसुद्धा कधीकधी क्लायंटच्या निष्काळजीपणामुळे, चुकीमुळे ती रचना खराब होते किंवा अपेक्षित परिणाम साधता येत नाही. अशा स्थितीत आम्हाला बोल लावून काहीच उपयोग होत नाही.

शक्ति पेक्षा युक्ति श्रेष्ठ

एकदा सकाळी सकाळी पार्लर उघडताच एक स्कार्फने चेहरा पूर्ण झाकलेली मुलगी पार्लरमध्ये आली. तिचे नाव हर्षा. आम्ही तिला काय करायचे आहे, हे विचारताच तिने रडत रडतच स्कार्फ काढायला सुरुवात केली. आम्हाला हर्षाच्या रडण्याचा काहीच बोध होत नव्हता. परंतु, तिने सगळा स्कार्फ काढला, तेव्हा एक गोल कंगवा तिच्या केसांत विचित्र प्रकारे अडकलेला दिसला. मी पहिल्यांदा तिचे रडणे थांबवून, तिला शांत करून तिच्याशी बोलले. त्यावेळी तिने सांगितले, 'मी बारावीत असून, आज बारावीच्या फायनल पेपरसाठी जायचे आहे. त्यासाठीच तयार होत होते, तर **केस विंचरताना चुकून हा गोल कंगवा केसांत अडकत गेला. कंगवा केसांतून काढण्याच्या प्रयत्नात तो केसांत आणखी जास्त अडकत गेला.** मला परीक्षेला लगेच निघायचे आहे, पण मी असा डोक्यात अडकलेला कंगवा घेऊन कशी जाणार. आईसुद्धा ऑफिसला गेली आहे. तिला फोन करून सांगितले, तर ती मला ओरडेल. मला काहीच सुचत नव्हते म्हणून मी तुमच्याकडे आले आहे. तुम्ही लवकरात लवकर माझ्या डोक्यातील कंगवा काढून द्या आणि निघत नसेल तर माझे केस कापा.' मी तिच्या केसांचे निरीक्षण केले असता कंगव्यात पुढच्या बाजूचे केस खूपच जास्त अडकलेले

आढळून आले. त्यामुळे केस कापण्याचा पर्याय रद्द करून कंगव्यातून केस कसे काढावे, या विचारातच तिला समजावून सांगत शांत केले. ती स्वतः सारखी बडबड करून स्वतःलाच कोसत होती, तर एका बाजूला रडत रडत आम्हाला विनवणी करत होती. अर्थात हर्षाचे जास्तीत जास्त केस तुटू न देता केसांतील कंगवा अलगद काढण्यासाठी मी सर्वप्रथम केसांवर जिथे कंगवा अडकला होता, त्याठिकाणी खोबऱ्याच्या तेलाचे व हेअर सिरमचे थेंब टाकून हळूहळू एक एक केसांची बट काढायला सुरुवात केली. केस खूपच गोल गोल गुंडाळले गेले असल्यामुळे केस न तुटता कंगवा सोडवणे किंवा कंगव्यातून केस सोडवणे खूपच जिकिरीचे काम होते. हळूहळू तेलाने केस निसरडे झाल्यामुळे आणि तिच्या सुदैवामुळे आमच्या प्रयत्नांना यश आले. योग्य वेळी शक्तीपेक्षा युक्तीची शक्कल लढविल्याने तिच्या केसांचे फार नुकसान न होता केसांतून एकदाचा गोल कंगवा काढण्यात आम्ही यशस्वी झालो. कंगवा निघालेला बघताच तिच्या चेहऱ्यावर हास्य उमटले. वेळेत कंगवा निघाल्यामुळे तिच्या मनावरचे दडपण कमी झाले. तिच्या आनंदी चेहऱ्याकडे बघत आम्ही तिला परीक्षेसाठी मनःपूर्वक शुभेच्छा दिल्या. तिला लवकरात लवकर घरी जाण्यासाठी सांगून, आता यापुढे गोल कंगवा वापरताना काळजी घेण्याचे बजावून सांगितले आणि आम्ही आमच्या कामाकडे वळलो.

खरेच, पार्लरमध्ये केस कापणे किंवा इतर सौंदर्योपचार देण्याबरोबर कधीकधी अशाही मजेशीर; परंतु वेळ प्रसंगी गंभीर परिस्थितीला तोंड देण्याचे प्रसंगही आमच्यावर येत. यामुळे आमच्या ज्ञानाबरोबर, समयसूचकतेने योग्य तो मार्ग काढण्याची वेळ आमच्यावर येते, तेव्हा कुठल्या प्रसंगी तुम्ही कसा निर्णय घेऊन काम करता, कशा पद्धतीने प्रश्न हाताळता, ह्यावर आमचे कौशल्य पणाला लागते. प्रसंगावधान राखत योग्य तो मार्ग काढत प्रश्नांची उकल करत उत्तरे शोधताना बुद्धीचा, व्यवहार ज्ञानाचा कस लावून येणाऱ्या अशा प्रसंगांना सामोरे जात आमच्या अनुभवांच्या गाठोड्यातसुद्धा भरच पडत असते.

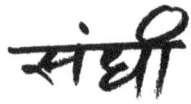

संधी

एकदा भरतनाट्यम नृत्याच्या काही विद्यार्थिनी माझ्याकडे त्यांच्या कार्यक्रमासाठी मेकअप करणार का? म्हणून विचारायला आल्या. मी आधी असे मेकअप केले आहेत का? असे त्यांनी विचारले. खरे तर तोपर्यंत मी भरतनाट्यम नृत्याला जसा विशिष्ट मेकअप लागतो, तो कधी केला नव्हता. कारण तशी संधी याआधी मला मिळाली नव्हती आणि संधी मिळाली तरच अनुभव मिळणार आणि असा अनुभव काही तेव्हा माझ्याकडे नव्हता. परंतु, मेकअपच्या आवडीमुळे माझ्याकडे भरतनाट्यम नृत्यांगनांचे फोटो होते. ते बघून मला निश्चितच त्यांचा मेकअप करता येणार होता. **मलासुद्धा आलेली संधी सोडायची नव्हती. त्यामुळे त्यांनी मला विचारताच मी थोडे खोटे बोलून, मी ह्या प्रकारचे मेकअप केल्याचे सांगितले आणि आलेल्या संधीचे सोने करायचे ठरवले.** मग मी त्या पद्धतीच्या मेकअपचा अभ्यास करायचे ठरवले. आधी सराव केला. त्यातले बारकावे समजून घेतले. अखेर तयारीनिशी मी कार्यक्रमाच्या दिवशी त्यांना व्यवस्थित मेकअप, हेअरस्टाइल करून छान प्रकारे तयार केले. मेकअप खरेच सुंदर झाला होता. कार्यक्रम झाल्यावर मुलींनी त्यांच्या गुरूंना हा मेकअप खूप आवडला असल्याचे सांगितले. ते ऐकल्यावर मात्र काम मिळवण्यासाठी पहिल्यांदाच खोटे बोलल्याचे मनातले शल्य कमी झाले.

आयुष्यात व्यवसाय करताना प्रामाणिकपणा, सचोटी, वेळ पाळणे ह्या चांगल्या सवयींमुळे अगदी सुरुवातीला घरात व्यवसाय सुरू केला. तेव्हापासूनच्या बऱ्याच क्लायंट आजही सत्तावीस वर्षे माझ्याकडे अगदी तेवढ्याच विश्वासाने येत होत्या. अगदी फार क्वचित प्रसंगी चांगल्या कारणासाठी खोटे बोलावे लागले; परंतु आजही मनात त्याविषयी थोडीशी खंत वाटत राहते.

ज्ञानार्जन

पार्लर सुरू करून दोन-तीन वर्षे झाली असतील. त्यावेळी पार्लर घरासमोरच भाडेतत्त्वावर घेतलेल्या जागेत हलवले होते. पार्लर उघडता क्षणी एक मायलेकीची जोडी आली. आईने सांगितले की आत्ताच मुलीची पाचवीची परीक्षा संपून शाळेला सुट्ट्या लागल्या आहेत. तुमच्याकडे हेअरस्टाइल शिकण्याचा कोर्स असेल, तर तिला तुम्ही शिकवाल का, म्हणून विचारणाही केली. तिचे वय गृहीत धरून तिला ज्या ज्या हेअरस्टाइल्स शिकवल्या, त्या ती अतिशय मन लावून शिकली. काही महिन्यांनी त्या दोघी परत पार्लरमध्ये आल्या, तेव्हा तिच्या आईने सांगितले, की मुलीला हेअरस्टाइलच्या स्पर्धेत प्रथम क्रमांक मिळाला. त्यामुळे मायलेकींबरोबर मी पण खूप खूश झाले. मला माझ्या या छोट्या विद्यार्थिनीचे खूप कौतुक वाटले.

तिच्यासारख्या छोट्या ते मोठ्या अशा विविध वयोगटाच्या मुली/महिला माझ्याकडे येऊन वेगवेगळे कोर्स करून, स्वतःच्या पायावर उभ्या राहतात, स्वतःचा व्यवसाय सुरू करतात, तेव्हा खूप छान वाटते. 'ज्ञान दिल्यानेच वाढते' ही गोष्ट लक्षात ठेवून मी, ज्यांना फी देणे शक्य नाही, अशा कितीतरी मुलींना/महिलांना मोफत शिकवून त्यांना अर्थाजनाचे साधन, तसेच मार्गदर्शन वेळोवेळी करत आले आणि त्याचे मनोमन समाधानही मिळवले.

विविध स्तरातील महिला/मुली कोर्स करायला येत, तेव्हा त्यांच्यापैकी काहींना बोलण्याचे, वागण्याचे शिष्टाचार अजिबात माहीत नसत. परंतु, पार्लरच्या कोर्सबरोबर मी त्यांना शारीरिक स्वच्छता, व्यवस्थित-टापटीप राहण्याचे प्रशिक्षणही द्यायचे. त्यामुळे काही दिवसांतच त्यांच्या व्यक्तिमत्त्वात बराच फरक पडायचा. घरातील लोकांना, परिसरातील त्यांच्या शेजाऱ्यांनासुद्धा त्यांच्यातील बदल बघून कौतुक वाटल्याचे त्या सांगत. स्वतःच्या पायावर उभा राहिल्यामुळे तसेच व्यक्तिमत्त्वातील चांगल्या बदलांमुळे त्यांचा आत्मविश्वास वाढायचा.

अनेक उच्चशिक्षित मुलीसुद्धा ब्युटीपार्लरच्या आवडीपोटी हा कोर्स करायला येत. काहीजणी रोजच्या दिनक्रमातला थोडासा वेळ स्वतःसाठी काढून, काहीतरी नवीन शिकायचेच ह्या ध्येयाने प्रेरित होऊन हा कोर्स करत. **काही देश-विदेशांत जाणाऱ्या मुली तिथे गेल्यावर स्वतःच्या सौंदर्योपचारांवर खूप वेळ आणि पैसे खर्च होऊ नयेत, म्हणून इथूनच प्रशिक्षण घेऊन जात. त्याही माझ्याकडे येत.**

चारचौघात वावरताना तसेच घरगुती समारंभात स्वतःचा मेकअप स्वतःच करता

यावा ह्यासाठी मी पर्सनल ग्रुमिंगचे तसेच मेकअपचे कोर्सेस घ्यायचे. त्यामुळे अनेक विद्यार्थीनी, महिला, गृहिणी तसेच कॉर्पोरेट जगतातल्या कितीतरी महिला, मुली माझ्याकडे येऊन हा कोर्स करत. त्यामुळे त्यांना स्वतःचा मेकअप करायला खूप सोपे जायचे.

=◉=

समाधान

वसुधाच्या मुलीचे लग्न अमेरिकेत होणार होते. त्यामुळे स्वतःचा मेकअप कसा करणार याची त्यांना काळजी होती. मी त्यांना माझ्याकडे कोर्स करायचे सुचवले. पण त्यांना आपल्याला जमेल का अशी शंका होती. 'मी शिकवून व्यवस्थित सराव करून घेईन, तुम्ही अजिबात काळजी करू नका' असे म्हणून मी त्यांना प्रोत्साहन दिले. मग त्या मेकअप शिकल्या, साडी ड्रेपिंगसुद्धा शिकल्या. मी वसुधा यांना मेकअपचे साहित्य कोणते घ्यावे हेही सुचवले. त्या ते इथून घेऊन गेल्या. काही महिन्यानंतर त्या परत आल्या, तेव्हा त्या म्हणाल्या की या कोर्सची त्यांना खूपच मदत झाली. **त्यांनी मुलीच्या लग्नासाठी तिथली सौंदर्यतज्ज्ञ बोलावली होती. पण जोरदार हिमवर्षाव झाल्यामुळे ती येऊ शकली नाही. पण वसुधा यांना मेकअपचे ज्ञान असल्यामुळे त्यांनीच मुलीला व्यवस्थित मेकअप करून आणि नऊवारी साडी नेसवून दिली. आईनेच हवा तसा इतका सुंदर मेकअप करून दिल्यामुळे मुलगी खूप खूश झाली. आईलाही आपण मोठी जबाबदारी निभावून मुलीच्या आयुष्यातील महत्त्वाचे क्षण सुंदर केल्याचे समाधान मिळाले. शिवाय, कौतुक मिळाले ते वेगळेच.** एकूणच दोघींच्या आयुष्यातला हा आनंद द्विगुणीत झाला, याचा मला आनंद झाला.

सुप्त इच्छा

एकदा एक खूप सावळ्या वर्णाची महिला ज्योस्त्ना पार्लरमध्ये आली. त्यांनी सांगितले की त्यांच्या लग्नाच्या पंचविसाव्या वाढदिवसासाठी एक पार्टी ठेवली आहे आणि त्यासाठी त्यांना मेकअप करून हवा आहे. ज्योस्त्ना यांनी हेही सांगितलं की त्यांनी कधी फारसा मेकअप केलेला नाही. मग मी त्यांची हेअरस्टाइलची ट्रायल घेऊन पार्टीच्या दिवशी त्यांचा छानसा मेकअप आणि हेअरस्टाइल करून दिली. त्यांना कसा प्रतिसाद मिळतोय याची त्यांच्याबरोबर मलाही उत्सुकता होतीच. दुसऱ्या दिवशी त्या हसतच पार्लरमध्ये आल्या. त्या म्हणाल्या की 'माझ्या पतीने आणि नातेवाईकांनी मला पहिल्यांदाच मेकअपमध्ये बघितले आणि सर्वांनी मी खूप छान दिसत असल्याची पावती दिली. त्यामुळे माझ्या मनातली खूप दिवसांपासूनची मेकअप करण्याची इच्छा सार्थकी लागल्यासारखी वाटली. मनात स्वतःच्या रंगाबद्दल असणाऱ्या न्यूनगंडामुळे मी कधीच मेकअपच्या वाटेला गेले नव्हते. परंतु मनातल्या मनात मात्र कधीतरी मेकअप करायचाच ही सुप्त इच्छा होती आणि माझी ती इच्छा खूप छान प्रकारे पूर्ण झाली.' त्याबद्दल त्यांनी माझे मनापासून आभार मानले. **खरेच रंग गोरा असो वा सावळा, छान दिसावे, लोकांनी आपल्या दिसण्याचे कौतुक करावे, असे प्रत्येकालाच वाटते. परंतु, कधीकधी आपल्या मनातील भीती अथवा न्यूनगंडामुळे आपण आपल्या पेहरावांचे रंग, केसांची रचना किंवा इतर काही नवीन प्रयोग करून पाहत नाही. पण अशा विचारांवर मात करत जे आपली इच्छा-आकांक्षा पूर्ण करतात, त्यांना नक्कीच खूप आनंद मिळतो.**

मॅनेजमेंट

सुषमा नुकतीच माझ्या पार्लरमध्ये नोकरीला येऊ लागली होती. तिने व्यवस्थित प्रशिक्षित असल्याचे सांगून तिची सर्टिफिकेट्स दाखवली. 'तुम्ही मला कुठलेही काम द्या, मी व्यवस्थित करेन', असे ती म्हणाली. मी तिला क्लायंटच्या आयब्रोज करण्याचे काम सांगितले. तिने त्यांच्या आयब्रोज तर केल्या, पण ते करत असताना त्यांना एक-दोन ठिकाणी दोऱ्याने त्वचेवर कापले जाऊन थोडी इजा झाली. त्यामुळे त्या क्लायंट तिच्यावर नाराज झाल्या. तेव्हा तिला न रागावता तिचे काय चुकले हे सांगून, दोरा कसा धरायचा? किती दाब द्यायचा? हे मी पुन्हा तिला शिकवले. नवीन मुली काम करताना चुकल्या, तरी मी कधीही जोरात ओरडून क्लायंटसमोर मुलींचा अपमान केला नाही. क्लायंट गेल्यावर त्यांना व्यवस्थित समजावून सांगत शिकवत असे. त्यामुळे मुली थोड्याच दिवसात सर्वकाही आत्मसात करून व्यवस्थित काम करत आणि अत्यंत आत्मविश्वासाने प्रत्येक काम करण्यास तयार होत. रागावून, ओरडून त्यांचा अपमान करण्यापेक्षा व्यवस्थित समजावून शिकवले, की त्या कुठलीही गोष्ट पटकन आत्मसात करत. या अनुभवावरून मी माझ्याकडे नोकरीला येणाऱ्या प्रत्येक मुली/महिलांशी वागत असे.

माझा व्यवसाय सुरू करण्यापूर्वी मी पार्लरमध्ये जायचे, तेव्हा तिथले निरीक्षण करायचे. तो काळ पार्लरच्या सुरुवातीचा होता. कधी मैत्रिणींबरोबर तर कधी स्वतःचे केस कापण्यासाठी, एखादी ब्युटी ट्रीट्मेंट करण्यासाठी मी जात असे. तिथे बसल्यावर आजूबाजूला लक्ष जायचे. **तिथे काम करणाऱ्या मुली क्लायंट्सशी कशा वागतात, स्वच्छता आहे की नाही, तिथली ब्युटिशिअन स्वतः कशी राहते? हे बघत असे. तेव्हा काही गोष्टी खूप खटकायच्या. सगळ्यात महत्त्वाची गोष्ट म्हणजे स्वच्छता.** कितीतरी वेळा मी काही पार्लरमध्ये केस कापून झाल्यावर, कापलेले केस आजूबाजूला तसेच पडलेले बघितले होते. काही ठिकाणी एखाद्या क्लायंटसाठी वापरलेले कंगवे परत परत तसेच न धुता इतरांसाठी वापरताना बघितले. कुठे अस्वच्छ नॅपकिन्स, तर ज्या मुली काम करतात त्यांची नखे वाढलेली. हे सर्व बघितलेले आणि मनाला खटकलेले असल्यामुळे, मी पार्लर सुरू केले, तेव्हा सर्वात प्रथम ज्या मुली माझ्याकडे काम करत त्यांना स्वतःची स्वच्छता, केस डोळ्यांवर, तोंडावर न येता व्यवस्थित बांधलेले, नखे कापलेली, प्रत्येकीने ॲप्रन बांधून मगच कामाला सुरुवात करणे, अशा गोष्टी अमलात आणल्या. प्रत्येक हेअरकट झाल्यावर कंगवे व्यवस्थित धुवून मगच दुसऱ्यांसाठी वापरणे, नॅपकिन्स निर्जंतुक करूनच वापरणे, ही शिस्त लावून घेतली. कितीही क्लायंट्स येऊन

गेले, गर्दी असली, तरी पार्लर स्वच्छ कसे राहील, दिसेल ह्याची काळजी घेतली.

मी स्वतःसुद्धा व्यवस्थित आवरून, हलकासा मेकअप करून, केस व्यवस्थित बांधून मगच काम करायचे. त्यामुळे येणाऱ्या क्लायंटसमोर गेल्यावर त्यांना माझ्याकडे बघितल्यावर प्रसन्न वाटायचे. अर्थात ब्युटिशिअन म्हणून काम करताना प्रत्येक ब्युटिशियनने नीटनेटके राहिलेच पाहिजे, तरच तुमच्या सुंदर व्यक्तिमत्त्वाकडे बघून इतरांना ब्युटी ट्रीटमेंट करून घ्यावीशी वाटेल आणि सगळ्यात महत्त्वाचे काय असेल तर ती शांतता. तुम्ही हेडमसाज, फेशियल यासारखे आरामदायक सौंदर्योपचार करून घेत असाल, तर आजूबाजूच्या वातावरणाबरोबरच तुम्हीसुद्धा शांत चित्ताने ते उपचार केले पाहिजेत. नाही तर तुम्हाला त्याचा फायदा मिळणार नाही. हेडमसाज सुरू असताना आणि त्या महिला एकीकडे मोबाईलमध्ये डोकवत मेसेज वाचत बसतात किंवा हेडमसाज करणाऱ्या मुलीशी बोलत राहतात. कधीकधी काम करणाऱ्या मुलीसुद्धा आपापसात बोलत राहतात. त्यामुळे क्लायंटला योग्य ती शांतता, स्वस्थता मिळत नाही. त्यामुळे उपचाराचा अपेक्षित परिणाम मिळत नाही. त्यामुळे पार्लरमध्ये मी मुलींना पार्लरच्या वेळेत क्लायंट्स असताना शांतता पाळलीच पाहिजे असे सांगून आपापसात गप्पा मारण्यास मनाई करत असे. माझ्याकडचे असे शिस्तीचे वातावरण नवीन येणाऱ्या मुलींना सुरुवातीला आत्मसात करताना जड जायचे. परंतु, थोड्याच कालावधीत त्यांना त्याचे महत्त्व पटायचे, तर काही जणींचा बंडखोर स्वभाव मधूनमधून जागा व्हायचा. परंतु, हसतखेळत त्यांना त्याची जाणीव करून दिली, की त्या परत शिस्तीत काम करत.

मानवी स्वभावानुसार काही क्लायंट्सना पार्लरमध्ये काम करणाऱ्या मुली आणि माझ्याबद्दल खूप उत्सुकता वाटायची. मी नसल्यावर त्या त्यांना मी त्यांच्याशी कशी वागते? पगार किती देते? असे नाना प्रश्न विचारत. माझ्याकडे काम करणाऱ्या मुलींशी मी कधीही वादावादी, ओरडून बोलणे, रागावणे असे करत नसल्यामुळे, तसेच व्यवहाराच्या बाबतीत अत्यंत चोख असल्यामुळे मुली माझ्या इथे काम करताना कायम खूश असत. त्यामुळे क्लायंटनी कसेही, कितीही प्रश्न विचारले तरी त्या योग्य ते उत्तर देऊन त्यांना गप्प करीत. पार्लर चालवणे हे एक टीमवर्कच आहे. त्यामुळे सगळ्यांना बरोबर घेऊन काम केले, तर निश्चितच त्याचे फळ चांगले मिळते. **ज्या ज्या वेळेस काम करणाऱ्या मुली त्यांच्या व्यक्तिगत कारणांमुळे काम सोडून जात, तेव्हा त्यांना आणि मला खूप त्रास व्हायचा. कारण भावनिकदृष्ट्या आमचे नाते घट्ट तयार झालेले असे. त्यामुळे खूप वाईट वाटायचे.** मग नंतर काही मुली आवर्जून फोन करत, तर काही भेटायलाही येत. काम सोडल्यानंतरही त्या भेटायला येत हे पाहून मला खूप आनंद होई. आपण माणूस म्हणून आपल्या इथे काम करणाऱ्या मुलींशी छान वागलो, याची ती पावती आहे, असे मला वाटते. =◉=

अरोमाचा अरोमा

एकदा अरुंधती मॅडम फेशियलसाठी आल्या. त्या नेहमीच अरोमा फेशियल करत. प्रत्येक ऋतूप्रमाणे वेगवेगळी क्रीम्स आणि इसेंशिअल ऑइल वापरून आम्ही त्यांचे फेशियल करत असू. नेहमीप्रमाणे त्यांना जे पाहिजे होते, ते फेशियल करून झाले. परंतु यावेळी त्या म्हणाल्या, की 'ह्या वेळेस मला अरोमा तेलाचा सुगंध काही जाणवलाच नाही. तुम्ही मी सांगितले तेच केले ना?' आम्ही त्यांना तेच फेशियल केले होते हे सांगितले. फेशियल करून झाल्यावर पॅक लावल्यावर त्यांना शांत झोप लागली होती आणि त्या अगदी मंद सुरात घोरत होत्या. त्यांचा प्रसन्न झालेला चेहराच खरे तर फेशियल छान झाले आहे हे सांगत होता. परंतु यावेळी फेशियल करताना त्यांना अपेक्षित असा सुगंध न मिळाल्यामुळे त्या थोड्याशा नाराज होत्या. मग त्यांना काही अरोमा तेल खूप सुगंधी असतात तर काही अत्यंत मंद वासाची असतात हे पटवून देताना मात्र आमची दम छाक झाली.

केसांत फुलांचे गजरे माळणे, शुभप्रसंगी घरादाराला पाना-फुलांच्या माळांनी सजवणे, धूप, उदबत्ती लावून वातावरण सुगंधित करणे, गुलाबपाणी, केवड्याचे पाणी, अत्तर, सेंट अशा नानाविध रूपातून सुगंधाची बरसात करीत त्याचा वापर आपण आपल्या

दैनंदिन जीवनात करत असतो.

निसर्गातील पाना-फुलांच्या अस्तित्वाने, त्यांच्या सुगंधाने आपले तन-मन अगदी आनंदी, उत्साही होते. ह्या आधारावरच तर अरोमाथेरपी उपचारपद्धती आधारलेली आहे. अरोमा म्हणजे सुगंध आणि थेरपी म्हणजे उपचार.

अरोमाथेरपी ह्या उपचारपद्धतीत वेगवेगळ्या सुगंधी तेलाचे अर्क वापरून सौंदर्यवृद्धीसाठी, तसेच अनेक शारीरिक-मानसिक समस्या, आजार बरे करण्यासाठी उपयोग केला जातो.

यामध्ये वापरण्यात येणाऱ्या सुगंधी तेलाने मसाज केल्यास, त्वचा मऊ मुलायम होण्यास मदत होऊन त्वचा चमकदार होते. तेलातील औषधी गुणधर्मामुळे ताणतणाव कमी होऊन मन प्रसन्न होते.

चंदन, लव्हेंडर, रोजमेरी इत्यादींचे तेल त्यासाठी उपयुक्त ठरते. चेहऱ्यावरील डाग, मुरमे घालवण्यासाठी टी ट्री, लेमन ग्रास तेल लाभदायक असते, त्वचेवरील जमा होणाऱ्या तेलाचे प्रमाण योग्य राखण्यास यलांग यलांग, जरेनियम तेलाचा वापर फायदेशीर ठरतो. मोतीयारोशा, बरग्यामेट, जोजोबा केसांच्या समस्या आणि वाढीसाठी वापरले जाते, तर निलगिरी, पचौली तेलाच्या वापराने स्नायूंचे दुखणे, सूज कमी होते.

निसर्गातील पाने, फुले, मुळे ह्यांच्या अर्कापासून तयार होणाऱ्या सुगंधी तेलावर आधारित असलेली अरोमाथेरपी उपचारपद्धती वापरायलाही अतिशय सुलभ आणि गुणकारी असल्यामुळे दिवसेंदिवस लोकप्रिय होत आहे.

गरज ही शोधाची जननी

कुरळ्या केसांच्या सुगंधा मॅडम केस कापण्यासाठी पार्लरमध्ये आल्या. त्यांनी केसांचा स्टेपकट करून हवा असल्याचे सांगितले; शिवाय तो कशा पद्धतीने हवा आहे, हेही सांगितले. त्यांनी दोन्ही कानाच्या मागे केसांमध्ये हेअरपिन लावल्या होत्या. अर्थातच केस कापण्यापूर्वी मी त्यांना त्या काढायला सांगितल्या. त्यांनी नकार दिला आणि आश्चर्य म्हणजे मी नेहमी अशाच पद्धतीने हेअरपिन लावून मगच हेअरकट करते असे सांगितले. **मी त्यांना आमची हेअरकट करण्याची पद्धत समजावून सांगितली. परंतु, त्या हेअरपिन्स काढायला तयार होईनात. शेवटी त्यांच्या पिन्स तशाच ठेवून मी त्यांना हवा तसा हेअरकट करून दिला. हेअरकट बघून त्या खूश झाल्या. प्रत्येक वेळेस त्या हेअरकट करताना पिना तशाच पद्धतीने ठेवून हेअरकट करायला सांगत.** त्यांच्या हट्टापुढे आम्हाला काहीच करता येत नसे. स्वतःच्या गरजेप्रमाणे त्यांनी हेअरपिनचा वापर करत शोधून काढलेल्या पद्धतीला आम्हीसुद्धा काहीही न बोलता, त्यांचीच पद्धत योग्य मानून त्यांचा याच पद्धतीने हेअरकट करून देत असू. उगाच म्हणत नाही, गरज ही शोधाची जननी!

एरवी स्टेपकटसाठी ज्या नियमाप्रमाणे/पद्धतीने केस कापायचे असतात, ती पद्धत बाजूला ठेवून त्यांच्या नवीन पद्धतीने हेअरकट करताना, अशाही पद्धतीने हेअरकट होऊ शकतो हे मला नव्यानेच उमगले.

=◉=

डायरी

आमच्या इथे नियमित येणाऱ्या वंदना मॅडमची एक छान सवय होती. ज्या ज्या वेळेस त्या पार्लरमध्ये येऊन जात, त्याची नोंद त्या त्यांच्याकडील डायरीत करून ठेवत. किती तारखेला आले, काय काय केले, बिल किती झाले. हे सर्व डायरीत बघून त्याप्रमाणे प्रत्येक महिन्यात त्या विविध सौंदर्योपचार घ्यायला येत. आपण आपल्या शारीरिक स्वच्छतेसाठी, सौंदर्याची काळजी घेण्यासाठी शरीर-मनाला ताजेतवाने करण्यासाठी वेळच्या वेळी स्वतःसाठी थोडा वेळ काढून पार्लरमध्ये आलेच पाहिजे, असा त्यांनी स्वतःसाठी घालून घेतलेला नियम खरेच किती महत्त्वाचा होता. नाहीतर अनेक स्त्रिया स्वतःच्या सौंदर्याची, आरोग्याची निगाराखण्याकडे बहुतेकदा दुर्लक्ष करतात. **आमच्याकडे येऊन मनासारखे काम करून झाल्यावर त्या जाताना कायम आम्हाला म्हणत, की 'तुम्ही माझ्या मरगळलेल्या मनाला पुन्हा टवटवीत करून दिले.' त्यांचे काम करणाऱ्या मुलींच्या पाठीवर कायम शाबासकीची थाप देऊन आठवणीने आभार मानत.** दैनंदिन कामातून स्वतःसाठी वेळ काढता यावा यासाठी डायरीत नोंद ठेवणाऱ्या आणि त्याप्रमाणे ते अमलात आणणाऱ्या या क्लायंट खरोखर आम्हालासुद्धा खूप प्रेरणा देऊन जात.

कितीही उत्साह आणि ऊर्जा असली तरी सर्वांप्रमाणे कधीकधी माझ्याही मनावर नैराश्याचे ढग जमा होत असत. मनाला थोडीशी मरगळ येई. अशा वेळी खूप एकटे वाटले, की तेव्हा पार्लरमध्ये येणाऱ्या क्लायंटशी बोलून, गप्पा मारून माझे मन हलके होत असे. त्यांच्यामुळे मला नवीन ऊर्जा प्राप्त होई. मनावर आलेली मरगळ कुठल्या कुठे पळून जाऊन खूप फ्रेश, छान, ताजेतवाने होऊन मी परत एकदा उत्साहाने कामाला लागत असे. एकूणच माझे क्लायंट माझ्यासाठी सकारात्मक ऊर्जा, उत्साह देण्याचे काम करत असत. म्हणूनच मला माझे हे रुटीन खूप प्रिय होते. रोज पार्लरमध्ये येऊन आवडीचे काम करण्यात मला खूप आनंद मिळत असे.

कात्रीचा प्रयोग

कधीकधी छोट्या मुली घरीच स्वतःच्या हाताने कात्री हातात घेऊन पुढचे केस वाकड्यातिकड्या पद्धतीने कापतात. खरे तर त्या आईबरोबर पार्लरमध्ये येतात, तेव्हा त्यांनी कात्रीने केस कसे कापतात, ह्याचे निरीक्षण केलेले असते. हेच निरीक्षण कधीकधी त्यांच्यासाठी नुकसानदायक होते. त्यामुळे त्या घरी हातात कात्री सापडताच तो प्रयोग स्वतःवर करून बघतात. अशा वेळेस पुढच्या बाजूने वाकड्यातिकड्या कापलेल्या केसांना योग्य तो आकार देत मी एकीकडे मुलींशी गप्पा मारत असे. कात्रीचा वापर शक्यतो करायचाच नाही, पण त्यातून घरी कोणी मोठे असले, तर विचारून करायचा असे सांगत असे. खरे तर घरातील मोठी माणसे शक्यतो लहान मुलांपासून अशा गोष्टी लांब ठेवतच असतात. परंतु, कधीकधी नजरचुकीने अशा घटना घडतात. तेव्हा योग्य तो मार्ग काढत विचित्र प्रकारे कापल्या गेलेल्या केसांना आकार देऊन त्यांची समस्या सोडविण्याचा प्रयत्न करावा लागे.

=◉=

बहुरंगी बहुढंगी

लहान मुलांमुळे आमच्या रोजच्या कामात कसे वैविध्य आणि गंमत येते याचा हा एक किस्सा. सानिकाने तिच्या तीन वर्षांच्या मुलीचे केस कापण्यासाठी अपॉइंटमेंट घेतली होती. ती मुलीला घेऊन पार्लरमध्ये आली, तेव्हा नवीन ठिकाणी पहिल्यांदाच आल्यामुळे मुलीचा चेहरा अतिशय घाबरलेला दिसत होता. आईच्या कडेवर बसलेला तो केविलवाणा चेहरा माझ्याकडे बघत होता. डोळ्यातले पाणी कधीही गालावर ओघळण्याच्या बेतात असलेले पाहून, थोडेसे रडून लाल झालेला नाकाचा शेंडा पाहून घरी काय रामायण घडले असेल, ह्याचा अंदाज लावत मी या आमच्या छोट्या क्लायंटशी बोलायचा प्रयत्न केला. पण **अनोळखी जगात आल्यामुळे थोड्याशा घाबरलेल्या, बावरलेल्या आमच्या छोट्या क्लायंटला केस कापायला खुर्चीवर बसवताच क्षणी थोडे थोडे रडू फुटू लागले होते. अंगावर ॲप्रन टाकताच ते हळूहळू बाहेर येऊ लागले. केस ओले करताना पाण्याच्या पहिल्या फवाऱ्यालाच रडू आणि आईच्या नावाचा मोठ्याने जप सुरू झाला होता.** आई लेकीला बोबड्या बोलात समजवायचा प्रयत्न करत होती. आता खरी लढाई सुरू झाली होती. माझे कात्री, कंगवा घेऊन आगमन झाले, तेव्हा माझ्या हातातल्या आयुधांकडे पाहून आमच्या छोट्या क्लायंटने जोरदार टाहो फोडला. मग मी चतुराईने हातातली आयुधे जादुगाराप्रमाणे गायब करून तिच्यासमोर माझे मोकळे हात नाचवले, तेव्हा तिचा आवाज हळूहळू कमी होत गेला. पण डोळे माझ्यावरच रोखलेले. ह्या नजरानजरीच्या खेळात आमची काही

मिनिटे गेली. आता आईने तिचे आवडते खेळणे तिच्या हातात दिले. परंतु बाईसाहेबांना ते आज अजिबात डोळ्यांसमोर नको होते. कारण डोळे माझ्याच हालचालींवर रोखलेले. बहुधा मनात विचार करत असावी 'ही अनोळखी बया माझ्या केसांना हात लावते म्हणजे काय? आता बघतेच कशी माझे केस कापते ते?' आमच्या दोघींच्या नजरानजरीच्या खेळात आणि आवडत्या खेळण्याशी असहकार पुकारल्यामुळे तिला आम्ही चाव्यांचा जुडगा, स्प्रे बॉटल, वेगवेगळ्या आकाराचे कंगवे अशा अनेक गोष्टींचे प्रलोभन दाखवले. पण बाईसाहेब कशालाच बधल्या नाहीत. आता शेवटचा उपाय आठवला, मोबाइलमधले गाणारे कार्टून. ते तिच्यापुढे धरले, तेव्हा संगीताच्या जादूमुळे तिची कळी हळूहळू खुलू लागली. आता हे बघून मी माझ्या कामाला सुरुवात करणार एवढ्यात माझ्या हातातल्या कात्रीकडे बघून तिने परत हुंदके द्यायला सुरुवात केली. पण निदान मला काम सुरू करता आले हेही नसे थोडके! मोबाइलवर कार्टून बघता बघता माझ्यावर वाकडी नजर ठेवून बाईसाहेब मधूनच रडवेला सूर काढून मला विचलित करायचे काम इमानेइतबारे करत होत्या. कधी तिची मान, तर कधी तिचा कान सांभाळत तिचे केस कापण्याची झटापट मला माझ्या आयुधांच्या साहाय्याने अतिशय पटापट करावी लागत होती. अखेर तिच्याभोवती गोलगोल फिरून वेगवेगळे अँगल साधत (गणितात शिकलेल्या अँगलचा असाही उपयोग करता येतो) माझी केस कापण्याची कलाकुसर एकदाची समाप्त झाली. मोबाइलच्या कृपेमुळे केस कापण्याची मोहीम फत्ते करून मग केस सेट करण्याच्या दुसऱ्या मोहिमेवर जाण्यासाठी आता मी सज्ज झाले होते. ड्रायरचा आकार आणि आवाज ऐकून तिने पुन्हा रडण्याचे हुकुमी शस्त्र बाहेर काढून वातावरणात मनसोक्त मिश्र संगीताची उधळण सुरू केली. ड्रायरचा आवाज, तिचे रडणे अशा ताला-सुरात, तारसप्तकात माझी मोहीम फत्ते करून, मी तिला खुर्चीवरून खाली उतरवले, तेव्हा क्षणाचाही विलंब न लावता तिने आपली मोठ्या संकटातून सुटका झाली अशा अविर्भावात आईकडे झेप घेतली. केस व्यवस्थित कापल्यामुळे आई खूश आणि आईच्या कुशीत लेकही खूश. **मायलेकींच्या निर्व्याज हास्यात सामील होत, मलासुद्धा कधी उंच बांबूवर सरळ रेषेत तारेवर कसरत करत स्वतःचा तोल सांभाळत असणाऱ्या मुलीसारखे, तर कधी जादूगारासारख्या हवेतल्या हवेत वस्तू गायब करण्याच्या करामतीसारखे, तर कधी विदुषकासारखे खेळ करत केलेल्या कसरतीचे चीज झाल्यासारखे वाटले. एवढेच नव्हे, तर गोलगोल फिरून वक्राकार झालेल्या माझ्या शरीराला, डोळ्यांच्या बुबुळांना शेवटी एका जागी स्थिर करत ही छोट्या मुलीच्या केशकर्तनाची कहाणी सुफळ संपूर्ण झाली आणि आम्ही समाधानाचा निश्वास सोडला.**

पडसाद आवाजाचे

काहींच्या आवाजाचा पोत तरल, मुलायम, मृदू तर काहींचा जणू पैंजणाचा गोड किणकिणाट, तर काहींचा कर्कश, काहींचा अगदी जरबेचा. आम्हाला रोजच वेगवेगळ्या क्लायंटच्या आवाजावरून अंदाज बांधत त्यांच्या वेगवेगळ्या आवाजांचा सामना करत काम करण्याची सवय लागली. कधीकधी खूप जरबेच्या आवाजाची स्त्री खरे तर खूप प्रेमळ, छान असायची, मात्र तिचा सूर जरबेचा असल्यामुळे तिचे काम करताना मुली नेहमी धाकात काम करत. जणू काही त्या आत्ता ओरडतील, मग ओरडतील म्हणून त्यांच्याशी कमी बोलत. अशा आवाजाच्या पट्टीमुळेसुद्धा कायम गमतीजमती घडत. समोरच्याला जरब बसेल असा आवाज असलेल्या अक्षरा एकदा पार्लरमध्ये आल्या होत्या. त्यांचे वॅक्सिंग करायचे होते. त्यावेळी त्यांचे थोडसे आधीच तुटलेले नख त्यांच्या हाताचे वॅक्सिंग करताना पूर्ण तुटले, तेव्हा त्या वॅक्सिंग करणाऱ्या मुलीला थोडेसे जपून वॅक्सिंग कर, असे म्हणाल्या. परंतु त्यांची सांगण्याची पद्धत, आवाजावरून त्या ओरडत असल्यासारख्या वाटत होत्या. त्यामुळे वॅक्सिंग करणारी मुलगी घाबरली. आम्ही तिला खूप समजावले, की 'अगं त्यांची बोलण्याची पद्धत अशी आहे, त्या रागावल्या नाहीत.' पण ती काही ते मानायला तयार झाली नाही. त्यानंतर त्या ज्या ज्या वेळेस वॅक्सिंगसाठी पार्लरमध्ये येत, तेव्हा ती मुलगी 'मी त्यांचे वॅक्सिंग करणार नाही, त्या खूप रागीट आहेत' असे म्हणून त्यांचे कोणतेही सौंदर्योपचार करण्यास नकार देत असे. या क्लायंट खरोखर चांगल्या स्वभावाच्या होत्या. त्याचा आम्हाला अनुभव होता, मात्र त्यांची सांगण्याची पद्धत, बोलण्याची पद्धत जरा कडक होती. त्यांच्या चेहऱ्यावरच्या रेषाही ताणलेल्या असत. त्यामुळे त्या कायम रागात आहेत की काय असे वाटत असे. त्यांच्या तशा चेहऱ्यामुळे त्या रागीटच आहेत, असा त्यांच्याबद्दल अनेकांचा ग्रह होत असे. **कधीकधी तुमच्या देहबोलीवरून, आवाजामुळे समोरच्या व्यक्तीवर काय परिणाम होऊ शकतो ह्याची उदाहरणे आम्हाला कायम मिळत असल्यामुळे माझ्याही व्यक्तिमत्त्वात अनेक सकारात्मक बदल घडत गेले.** कसे वागावे, कसे वागू नये, सामाजिक शिष्टाचार कसा पाळावा, याचे अनेक अनुभव आल्यामुळे जगण्याचे, आनंदी राहण्याचे तंत्रच मला गवसत गेले.

हद्द निष्काळजीपणाची

सुनंदा बाहेरगावच्या एक क्लायंट, त्यांच्या सासूबाईंकडे पुण्यात आल्यावर नेहमीच माझ्या पार्लरला भेट देत असत. अशाच त्या एकदा आल्या होत्या. त्यांची अपॉइंटमेंट संध्याकाळची, सर्वांत शेवटची असल्यामुळे त्याचे काम संपल्यावर त्या आणि मी साधारण बरोबरच बाहेर पडलो. मलासुद्धा त्यादिवशी घरी जायची घाई होती. क्लायंट आणि सगळ्या साहाय्यक मुली गेल्यानंतर हिशोब तपासून मग घरी जाणे, ही खरे तर माझी रोजची सवय. पण गडबड असल्याने उद्या लवकर येऊन हिशोब तपासू, हे मनात घोळवत मी घरी जायच्या विचारात पार्लर लगेच बंद करून घरी गेले. **दुसऱ्या दिवशी सकाळी थोडे लवकरच पार्लर उघडले असता काउंटरवर मला एक पर्स दिसली. कुणाची आहे म्हणून मी ती उघडून बघितली असता, कालच्या शेवटी आलेल्या सुनंदा यांच्या नावाची पावती त्यात दिसली.** पर्समध्ये त्यांचे दागिनेही होते. ते बघितल्यावर मी लगेचच त्यात जो फोन नंबर लिहिलेला होता तो लावला, तेव्हा तो नंबर त्यांच्या यजमानांचा होता असे कळले. मग त्यांना त्यांच्या पत्नीचा फोन नंबर विचारून त्यांच्याशी बोलले. आश्चर्य म्हणजे तोपर्यंत त्यांना आपली दागिन्यांची पर्स पार्लरमध्ये राहिली आहे हे लक्षातसुद्धा आले नव्हते. आपल्या मौल्यवान दागिन्यांविषयी, आपल्या महत्त्वाच्या पर्सविषयी, इतका निष्काळजीपणा मी पहिल्यांदाच अनुभवत होते. थोड्याच वेळात त्या पर्स घेण्यासाठी पार्लरमध्ये आल्या. त्यांच्याकडे पर्स सोपवून ताई, इथून पुढे व्यवस्थित काळजी घेत जा, असे सांगून मी माझ्या कामाकडे वळले. मनात विचार आला, आज जर मी लवकर आले नसते, तर कदाचित त्या दागिन्यांचा मोह मुलींना झाला असता का? की प्रामाणिकपणे त्यांनी ही गोष्ट निदर्शनास आणून दिली असती. कारण आजपर्यंत तरी मला सगळ्यांचा अनुभव खूप चांगला आला होता. पण शेवटी मनुष्य स्वभाव आहे. त्यांना मोह पडू शकतो. त्यामुळे कदाचित होऊ शकणारा अनर्थ टळला ह्या विचारातच मी माझ्या पुढच्या कामाची सुरुवात केली. खरेच कितीही घाईगडबड असली, तरी आपल्या मौल्यवान वस्तूंची काळजी घेणे किंवा पार्लरमध्ये जाताना शक्यतो घरीच मौल्यवान वस्तू, दागिने काढून मगच पार्लरमध्ये जाणे. एवढी काळजी प्रत्येक महिलेने, मुलीने घेतली, तर पुढचा अनर्थ टाळता येतो, होणारे नुकसान टाळता येते. काही महिन्यांतच त्यांच्या सासूबाई पार्लरमध्ये आल्या असता त्यांनी सुनेबाबत अजून एक घटना सांगितली. सुनेची पर्स रिक्षात कशी विसरली, त्यामुळे किती मोठे नुकसान झाले हेही त्यांनी सांगितले. सुनेचा निष्काळजीपणा म्हणा

किंवा तिचा विसराळूपणा म्हणा, पण यामुळे त्यांचे परत नुकसान होऊ नये, यासाठी, 'सुनेला काळजी घ्यायला सांगा' एवढेच मी त्यांना सांगितले. सुनेच्या विसराळूपणावर मी आश्चर्य व्यक्त करण्याशिवाय आणखी काय भाष्य करणार?

गेला दागिना कुणीकडे ?

असाच एक दुसरा अगदी विरुद्ध किस्सा. एकदा सकाळीच पार्लरमध्ये वॅक्सिंगसाठी नमिता आल्या. मुलींनी नेहमीप्रमाणे त्यांना त्यांचे सर्व दागिने म्हणजे बांगड्या, अंगठ्या पर्समध्ये सुरक्षित ठेवायला सांगितले. आमच्याकडे सर्वांसाठी 'दागिने पर्समध्ये ठेवा' अशी सूचना ठळकपणे लिहिलेली असायचीच. पण सूचना लिहिलेली असली तरी प्रत्येक वेळेस आम्ही येणाऱ्या क्लायंटला पुन्हा एकदा आठवण करून द्यायचो. मगच त्यांचे काम सुरू करत असू. नमिता त्यांचे काम झाल्यावर घरी गेल्या. नंतर साधारणतः रात्री आठ वाजता त्यांचा घाबऱ्या पण काहीशा रागीट आवाजात मला फोन आला. त्यांनी त्यांच्या बांगड्या मिळत नसल्याचे सांगितले; शिवाय 'तुमच्या पार्लरमधल्या मुलींना फोन करून विचारा' असेही सांगितले. मला मुलींबाबत खात्री असल्याने मी त्यांना 'तुम्ही तुमच्या मौल्यवान वस्तू पर्समध्ये ठेवल्यावरच मुलींनी तुमचे वॅक्सिंग केलेले असणार' हे सांगितले. परंतु, त्या काही ऐकण्याच्या मनःस्थितीत नव्हत्या. मी परत त्यांना त्यांची पर्स व्यवस्थित तपासायला सांगितली. पण मलाही जरा काळजी वाटायला लागली. त्यांच्या बांगड्या पार्लर व्यतिरिक्त इतर कुठे हरवल्या असल्या तरी त्यांचा रोख आमच्यावरच होता. पण थोड्यावेळातच त्यांचा फोन आला. त्यांच्या पर्सच्या अगदी आतल्या बाजूचे कापड फाटले होते. तिथून त्या बांगड्या आत गेल्या होत्या. त्यांनी 'सॉरी, तुम्हाला त्रास दिला' असे म्हणून फोन ठेवून दिला. परंतु, माझ्या मनात मात्र त्यांनी मुलींवर दाखवलेला अविश्वास बघून वाईट वाटले. कारण **माझ्याकडे काम करणाऱ्या मुली चांगल्या घरातल्या होत्या. बरीच वर्षे त्या माझ्याकडे काम करत होत्या. त्यामुळे असे घडू शकणार नाही, याची मला खात्री होती. पण जर त्यांनी पर्स व्यवस्थित तपासली नसती, तर मात्र आमच्यावर आरोप करून त्या मोकळ्या झाल्या असत्या.** असो. अशा प्रसंगी काय काय घडू शकते, ह्याचा अंदाज येत असल्यामुळे, आम्ही कायम सतर्क राहूनच काम करत असू आणि क्लायंटलासुद्धा वेळोवेळी सूचना करत असू.

एकदा एक नवीनच क्लायंट मेनिक्युअर पेडिक्युअरसाठी आल्या. नेहमीप्रमाणेच मुलींनी त्यांना मौल्यवान वस्तू पर्समध्ये ठेवण्यासाठी सांगितले. त्यांनीही त्यांच्या वस्तू व्यवस्थित पर्समध्ये ठेवल्या. त्यांचे काम झाल्यावर त्या खूश होऊन घरी गेल्या. **पण दोन-तीन तासांतच त्या परत पार्लरमध्ये आल्या आणि 'माझी अंगठी सापडत नाही, खूप महाग होती, हो माझी अंगठी' असे म्हणून त्रागा करायला लागल्या.**

ज्या मुलींनी त्यांचे काम केले होते, त्या मुली त्यांना वारंवार तुम्ही तुमच्या सर्व वस्तू पर्समध्येच ठेवल्याचे सांगत होत्या. परंतु, त्या काहीच ऐकून घ्यायला तयार नव्हत्या. 'तुमच्या इथेच माझी अंगठी हरवली आहे, तेव्हा ती शोधून द्या' असे त्या जोरजोरात म्हणू लागल्या. त्यांचा आरडाओरडा ऐकून मी त्यांना विचारले, की 'आधी तुम्ही तुमची पर्स नीट बघितली का? कुठल्या आतल्या कप्प्यात तर नाही ना ठेवली तुम्ही? व्यवस्थित तपासून बघा.' मी असे म्हणताच त्यांनी आतला कप्पा चेक केला आणि आमच्याशी काहीच न बोलता आमच्याकडे न बघता त्या लगेच पार्लरबाहेर पडल्या. त्यांच्या वागण्याचे आम्हाला नवल वाटले. आपल्याच चुकीमुळे आपण समोरच्यावर खोटारडा आरोप केल्याचे शल्य त्यांच्या मनाला टोचल्यामुळे त्या आम्हाला सॉरी म्हणण्याचे, तसेच नजरेला नजर देण्याचे धैर्य न दाखवताच निघून गेल्या. अंगठी मिळाल्यामुळे आपली चूक लक्षात आल्यामुळेच त्या लगेच काहीही न बोलता गुपचूप बाहेर पळाल्या. अशाप्रकारे व्यक्ती तितक्या प्रवृत्तींचा सामना करत रोजचे नवे अनुभव आमच्या पोतडीत भरत आम्ही येणाऱ्या प्रत्येक दिवसासाठी सदैव अधिकाधिक दक्ष राहू लागलो.

एकदा तर फारच आश्चर्यकारक प्रसंग घडला. फेशियलसाठी आमच्या नेहमीच्या क्लायंट मीनाक्षी आल्या होत्या. त्यांचे सगळे काम झाल्यावर त्या घरी गेल्या. पण थोड्याच वेळात त्या पार्लरमध्ये पुन्हा आल्या. त्यांचा चेहरा अतिशय पडला होता. त्या म्हणाल्या, की 'त्यांचे मंगळसूत्र सापडत नाहीये.' मी त्यांना विचारलं, की 'इथून तुम्ही कुठे बाहेर गेला होतात का? किंवा कुठे खरेदी करताना पर्स उघडली होती का?' त्यावर त्या म्हणाल्या, की 'मी इथून लगेच घरीच गेले.' आम्ही पार्लरमध्ये सगळीकडे व्यवस्थित तपासले, पण मंगळसूत्र काही सापडले नाही. त्यामुळे काय करावे हे लक्षात येईना. शेवटचा उपाय म्हणून त्यांना गाडी कुठे लावली हे विचारले आणि तिथे जाऊन आजूबाजूला नीट बघितले असता, मातीत त्यांचे अत्यंत नाजुकसे मंगळसूत्र पडलेले दिसले. त्यांनी पर्समधून चावी काढली, तेव्हा पर्समध्ये वरच ठेवलेले मंगळसूत्र चावीबरोबर बाहेर पडले. खरेच, वेळीच मला हे सुचले नसते, तर ते कधीच त्यांना मिळाले नसते. शिवाय पार्लरमध्येच माझे मंगळसूत्र हरवले हा त्यांचा कायमचा ग्रह झाला असता, जो कोणत्याही कारणाने बदलता आला नसता. **अशावेळी परमेश्वराचे खरोखरच खूप आभार मानावेसे वाटतात. कारण तशी बुद्धी मला त्या वेळेस होऊन पुढचा अनर्थ टाळता आला. व्यवसाय करताना अनेक छोटे-मोठे प्रसंग घडतात; परंतु अशा प्रसंगातून परमेश्वर कृपेने वेळोवेळी निभावल्यामुळे व्यवसाय निर्वेधपणे करता आला.**

कोल्हापूरच्या गायत्री मॅडम पुण्यात मुलीकडे आल्यावर नेहमी माझ्याकडे येत असत. नेहमीप्रमाणे एक दिवस त्या येऊन गेल्या. त्यादिवशी पार्लर थोड्या वेळासाठीच सुरू

ठेवले होते. कमी अपॉइंटमेंट असल्यामुळे जास्त गर्दीही नव्हती. या क्लायंटचे काम झाल्यावर आम्ही लगेच पार्लर बंद करायला घेतले. **पार्लर बंद करून जात असताना, तिथेच थोडे पुढे, रस्त्यावर मला काहीतरी चमकल्यासारखे वाटले. जवळ जाऊन बघितले तर ते सोन्याचे कानातले होते.** रस्त्यावरून जाणाऱ्या कुणाचे तरी किंवा बहुतेक आमच्या एखाद्या क्लायंटचे पडले असेल, या विचाराने ते माझ्याकडे ठेवून दिले. क्लायंटचे असेल तर आधीच्या घटनांप्रमाणे न्यायला कुणीतरी येईलच, ह्या विचारात मी होते. दोन-तीन दिवस झाले तरी कुणीही कानातल्यासाठी विचारायला आले नाही.

त्यादिवशी कोल्हापूरच्या एकच क्लायंट फेशियलसाठी आल्या होत्या. बाकीच्या सौंदर्योपचार घेण्यासाठी आलेल्या क्लायंट्सना दागिने काढून ठेवण्याची आवश्यकता नव्हती. त्यामुळे ते त्यांचेच असावे असे गृहीत धरून त्यांच्या मुलीचा फोन नंबर मिळतो का ते डायरीत बघायला लागले. परंतु, त्यांचा नंबर मिळाला नाही. त्यामुळे त्या किंवा त्यांची मुलगी पुन्हा पार्लरमध्ये येण्याची वाट बघण्याशिवाय काही पर्याय नव्हता. तोपर्यंत मी ते कानातले व्यवस्थित ठेवून दिले. दोन-तीन महिन्यांनी त्या पार्लरमध्ये आल्या. पार्लरमध्ये आल्यावरसुद्धा त्या कानातल्याबद्दल काहीच बोलल्या नाहीत. त्यामुळे मला वाटले की ते कानातले बहुतेक त्यांचे नसावे, तरीसुद्धा एकदा त्यांना विचारावे म्हणून मी म्हटले, की 'मागच्या वेळेस तुम्ही इथे आला होतात, तेव्हा तुमचे पार्लरमध्ये काही राहिले किंवा हरवले होते का?' त्यांना काहीच आठवे ना. नंतर एकदम आठवून त्या म्हणाल्या, 'तेव्हा माझे एक कानातले हरवले होते, ते काही सापडले नाही.' तेव्हा मी त्यांना मला एक कानातले सापडले असून ते मी व्यवस्थित माझ्याकडे ठेवल्याचे सांगितले. मी ते त्यांना दाखवले, तेव्हा त्यांना आनंद आणि आश्चर्याचा मोठाच धक्का बसला. त्या म्हणाल्या, 'अहो, कानातले हरवले हे माझ्या खूप उशिरा लक्षात आले आणि गावाला परत जाण्याच्या गडबडीत कानातल्याचा शोध घेता आला नाही. मला इतके वाईट वाटत होते, की याबद्दल तुम्हाला विचारावे असे लक्षातच आले नाही.' तर असो, परमेश्वर कृपेमुळे ते मला मिळाल्यामुळे मी त्यांची वस्तू त्यांना परत देऊ शकले. अन्यथा त्यासाठी आम्हीसुद्धा काही करू शकलो नसतो.

बऱ्याच वेळेस पार्लरमध्ये वॅक्सिंगसाठी महिला/मुली घड्याळ, अंगठ्या काढून ठेवतात आणि विसरतात. बऱ्याचजणी हेल्मेट विसरतात, तेव्हा मला सर्वांना हेच सांगावेसे वाटते की **पार्लरमध्ये आपण सौंदर्योपचारासाठी जातो, तेव्हा प्रत्येकीने आपल्या मौल्यवान वस्तू शक्यतो घरी ठेवून जाणे अथवा पार्लरमध्ये गेल्यावर पर्समध्ये व्यवस्थित ठेवणे महत्त्वाचे आहे. अगदी कितीही घाईगडबड असली, तरी आपल्या मौल्यवान वस्तूंची काळजी घेण्यात निष्काळजीपणा करू नये.**

चॅक - चॅक

प्रत्येक माणसाच्या काही लकबी किंवा सवयी असतात. आमच्या एका क्लायंट, अक्षदा यांना नेहमीच तोंडाने 'चॅक-चॅक' असा आवाज करावयाची सवय होती. काम करता करता लाइट गेले, की ह्याचे चॅक-चॅक सुरू, पार्लरमध्ये गर्दी असल्यामुळे त्यांच्या कामाला वेळ लागत असेल, की लगेच चॅक-चॅक सुरू. त्या इतक्या वेळेस चॅक-चॅक करत बसायच्या की सगळ्यांना अगदी त्रासदायक व्हायचे. आम्ही शक्यतो सगळ्यांचेच काम वेळच्यावेळी करून त्यांना वाट बघत जास्त बसावे लागू नये हे पाहायचो ; परंतु कधीकधी गर्दीमुळे वेळेचे गणित थोडेफार कोलमडायचे. तेव्हा थोडेसुद्धा सहन न करता त्या तोंडाने चॅक-चॅक करत सारखी भुणभुण करत बसायच्या. त्यामुळे आम्हाला आधीचे क्लायंट सोडून आधी यांचे काम संपवून, यांना कधी एकदा मोकळे करतोय असे वाटत असे. **कधी क्लायंट्स येऊन गेलेल्या असतील आणि मुली जरा निवांत बसल्या असतील, तर त्या म्हणायच्या, 'हे काय तुमच्याकडे क्लायंट्स नाहीत का आज?' गर्दी असेल तर म्हणायच्या, 'फारच गर्दी आहे बाई?' आता आम्हाला कळत नसे, की ह्यांना पार्लर नेमके कसे हवे? रिकामे की गजबजलेले? शेवटी काय, स्वभावाला औषध नसते आणि व्यक्ती तितक्या प्रवृत्ती हेच खरे.** प्रत्येक गोष्टीकडे बघण्याची प्रत्येकाची वृत्ती किती सकारात्मक किंवा नकारात्मक आहे, हे त्यांच्या या छोट्या छोट्या कृतींमधून किंवा त्यांच्या बोलण्यावरून समजते. काहींना कठीण परिस्थितीत तडजोड करणे, आहे ती परिस्थिती स्वीकारणे अवघड वाटते. अशा क्लायंट्सबरोबर संवाद साधताना आम्हाला त्यांच्या नकारात्मकतेला बाजूला सारून काम करावे लागायचे.

=◉=

कट कट कट...

आमच्याकडे चित्रपट क्षेत्रात एडिटिंगचे काम करणाऱ्या एक प्रतिथयश महिला यायच्या.आम्ही त्यांचे फेशियल करत असू, तेव्हा त्या कायम माझ्या चेहऱ्याला वाफ देऊ नका, फक्त गालांनाच क्लिंझिंग मिल्क लावा, बस बस! आता मला हे नको, ते नको, असे करून फेशियल करून घ्यायच्या. त्यामुळे अशा फेशियलला काय म्हणावे हे आम्हाला कळत नसे. परंतु, त्यांना त्यांच्याच पद्धतीने होणारे फेशियल आवडायचे. **चेहऱ्याला वाफ न देता, मसाज न देता, चेहऱ्याला पॅक लावल्यावर डोळ्यांवर कापसाच्या घड्या ठेवून झाल्या की माझा पॅक लगेच दोन मिनिटांत काढा म्हणणाऱ्या या जगावेगळ्या क्लायंट्स होत्या. चित्रपट क्षेत्रात एडिटिंगचे काम करता करता खऱ्या आयुष्यातही दैनंदिन जीवनातील गोष्टींना मधेमधे कात्री लावत एडिटिंगचे शास्त्र नकळतपणे त्या वापरू लागल्या होत्या की काय! अशी बापडी शंका आमच्या मनात येऊ लागली होती. अशा प्रकारचे 'हे नको ते नको स्पेशल' फेशियल करणाऱ्या क्लायंटची आम्हाला मजा वाटायची.**

गुंता केसांचा

काही क्लायंट्स हेअरकट किंवा हेअरस्पासाठी यायच्या, तेव्हा त्यांच्या केसातील गुंता बघून ह्या कधी केस विंचरतात की नाही? असा प्रश्न पडायचा. वरून केस विंचरल्यासारखे, पण आतून प्रचंड गुंता. असा गुंता सोडवताना मात्र मुलींच्या नाकात दम यायचा. कारण गुंता काढताना केस ओढले जाणार नाही ह्याची खबरदारीसुद्धा घ्यावी लागायची. वर **क्लायंटचे म्हणणे असे, की 'अहो, आत्ताच घरून केस विंचरूनच आले. मग हा गुंता कसा?' खरे सांगायचे तर आम्हालाही हाच प्रश्न त्यांना विचारावासा वाटे; पण कसा विचारणार?**

केसांविषयी या काही महत्त्वाच्या गोष्टींचा तुम्हाला नक्कीच फायदा होईल :

१. केस कापायला जाताना, आधी घरी केस शॅम्पूने व्यवस्थित धुऊन किंवा पार्लरमध्ये शॅम्पू करून मगच केस कापावे. यामुळे हेअरकट छान होतो.
२. केसांमध्ये तेल असेल तर हेअरकट किंवा हेअरस्पा करू नये. तेलकट केसांवर कात्री घसरून आकार बिघडण्याची शक्यता असते. केस स्वच्छ धुऊन हेड मसाज किंवा हेअरस्पासारखे उपचार घ्यावे. नाहीतर आधीच तेलकट असलेल्या, न धुतलेल्या केसांवर धूळ असेल, तर त्यावर मसाज किंवा हेअरपॅक लावल्यामुळे चांगला परिणाम साधण्याऐवजी विपरीत परिणाम मिळेल. ज्या कारणासाठी आपण उपचार घेत आहोत, त्याचा लाभ होणार नाही.
३. ज्यांचे केस खूपच कोरडे असतात, अशा महिलांनी, मुलींनी शक्यतो रोज सकाळी केस विंचरताना हेअर सिरमचे दोन-तीन थेंब हातावर घेऊन केसांना लावावे. त्यामुळे केसांचा गुंता लगेच निघेल आणि केसही तुटणार नाहीत. शिवाय केस व्यवस्थित विंचरले जातील. दिवसभर केसांत गुंता होणार नाही. केस कोरडे होण्याचे प्रमाणसुद्धा हेअर सिरमने कमी होते.
४. ज्यांचे केस खूप कोरडे आहेत, त्यांनी केस धुतल्यावर कंडिशनरचा वापर करावा. परंतु, कंडिशनर केसांवर लावावे, केसांच्या मुळाशी नको. तसेच तीन-चार मिनिटांत पाण्याने व्यवस्थित धुऊन टाकावे.

व्यत्यय

अति उत्साही, अति बडबडे क्लायंट कधीकधी खूप अडचणीत आणत. मी एखाद्या क्लायंटचे काम करत असेन किंवा एखाद्या वधूबरोबर लग्नातील मेकअपविषयी चर्चा करत असेन, तरी त्यांना लगेच माझ्याशी बोलायचे असायचे. त्यांना जराही धीर धरवत नसायचा. मुलींनी मॅडम आता थोडावेळ कामात आहेत, तुम्ही बसा जरा वेळ, असे सांगितले तरी मधेमधे बोलून आमच्या कामात व्यत्यय आणत. अशावेळी त्यांना आपण काय करत आहोत, याचे भानही राहत नसे. समोरचा माणूस कामात आहे, तर आपण शांतचित्ताने थोडा वेळ बसून वाट बघणे त्यांना खूप कठीण वाटायचे. त्यांचा हा व्यत्यय टाळण्याचा एकच मार्ग म्हणजे त्यांची आल्या आल्या दखल घेऊन शांतपणे बोलून त्यांना थोडावेळ वाट पाहावी लागेल हे सांगणे. मग मी तोच मार्ग पत्करून माझे काम सुरू करायचे.

पार्लरमध्ये हेअरस्पा किंवा फेशियल असे शांतपणे करण्याचे काम सुरू असेल, तर काही क्लायंट्स समजूतदारपणे अतिशय शांत, मृदू आवाजात बोलून त्यांचे काम झाले, की निघून जात. त्यांचे आम्ही मनोमन तर कधी प्रत्यक्षही आभार मानायचो. परंतु, काही क्लायंट्स जोर जोरात बोलून सतत बडबड करत असत. अशा वेळेस त्यांना कितीही सांगा की तुमच्यामुळे इतरांना त्रास होत आहे. पण तरीही ते स्वतःच्याच मूडमध्ये बडबड सुरू ठेवत. अशा वेळेस त्यांच्याशी जास्त न बोलता, नाईलाजाने त्यांचे काम लवकरात लवकर करून इतर क्लायंट्सची त्यांच्या बडबडीतून लवकर सुटका करणे, हेच आमच्या हाती असायचे.

बिन औषधाचा स्वभाव

वॅक्सिंग आणि आयब्रोज करण्याचे दर हे बरीच वर्षे स्थिर होते. कारण या गोष्टी करण्यासाठी महिलांना नियमित यावे लागते. त्यांना हा खर्च जड वाटू नये, यासाठी आमच्याकडे अगदी वाजवी दर असायचे. खरे तर यात वाद होण्याचे काहीच कारण नव्हते. परंतु, **आश्चर्य म्हणजे मेधा प्रत्येक वेळेस वॅक्सिंग आणि आयब्रोजचे पैसे देताना, 'तुमचे दर प्रत्येक महिन्याला वाढतात हो' अशी तक्रार करायच्या. 'मागच्या महिन्यात मी तुम्हाला इतके इतके दिले होते, आत्ता एवढे कसे झाले' म्हणून दरवेळी हुज्जत घालत.** खरे तर त्या खूप वर्षांपासून आमच्या नियमित क्लायंट होत्या. जर त्यांना आमच्या कामात आणि दरात तफावत आढळून आली असती, तर त्या आमच्याकडे नियमित आल्याच नसत्या. पण म्हणतात ना, 'स्वभावाला औषध नसते.' काही काहींना प्रत्येक गोष्टीसाठी पैसे मोजताना बार्गेनिंग किंवा कमीजास्त करण्याची सवय असते. हा त्यांचा स्वभाव लक्षात घेऊन आम्ही त्यांच्या म्हणण्याकडे दुर्लक्ष करून हसतमुखाने हेच दर आहेत असे सांगायचो.

=◉=

चिकित्सेची ऐशी की तैशी

मध्यम वयाच्या मीनाक्षी एकदा पार्लरमध्ये आल्या. त्यांच्या मुलीचे डोळ्यांचे ऑपरेशन झाल्यामुळे महिनाभर तिचे केस घरी धुता येत नव्हते. पार्लरमध्ये सुरक्षितपणे केस धुता येतील म्हणून त्या विचारणा करायला आल्या होत्या. पार्लरमध्ये आल्यावर त्यांनी 'केस कुठे धुणार' असे विचारून ती जागा बघितली. त्यानंतर शाम्पू कुठला वापरणार? तिचे केस कोण धुणार? हे चिकित्सकतेने विचारले. त्यांचे समाधान झाल्यावर दुसऱ्या दिवशीची अपॉइंटमेंट घेऊन त्या त्यांच्या बावीस-तेवीस वर्षांच्या मुलीबरोबर पार्लरमध्ये आल्या. **मुलीचे केस धुवायला सुरुवात केली, तेव्हा तिथे जवळच उभ्या राहून पाणी किती गरम आहे? एवढाच शाम्पू लावा, असेच केस धुवा, अशा अनेक सूचना मुलींना करू लागल्या.** त्याच वेळेस मुलगीसुद्धा मधूनमधून सारख्या सूचना देत होती. तिच्या डोळ्यांवर नीट नॅपकिन टाकून केस धुण्याचे काम व्यवस्थित सुरू होते, तरीसुद्धा तिला सारखी डोळ्यांवर पाणी येण्याची भीती वाटत होती. दोघींच्या सूचना ऐकत त्यांच्या कलाने घेत एकदाचे केस धुऊन झाले. केस पुसतानासुद्धा टॉवेलने असेच पुसा, ड्रायर नको, हे नको, ते नको, करत करत एकदाचे तिचे केस सुकवून व्यवस्थित विंचरून दिले. एकीकडे माझे तिच्या केसांचे निरीक्षण सुरूच होते. **माझ्या लक्षात आले की तिचे केस अत्यंत चुकीच्या पद्धतीने हाताळल्यामुळे केसांत खूप कोंडा होता; शिवाय केसही गळत होतेच. सहज विचारले तर कळले की कित्येक वर्षांत तिने केसांना तेल लावले नव्हते. त्यामुळे डोक्याची त्वचा खूप कोरडी पडली होती. मी त्यांना केसांची काळजी कशी घ्यावी हे व्यवस्थित समजावून सांगितले.** दुसऱ्या वेळेस आल्यावर परत त्यांनी सगळ्या जागेची पाहणी केली आणि मगच निर्धास्तपणे काम सुरू करायला सांगितले. त्यादिवशी आमच्या एका काम करणाऱ्या मुलीला थोडासा खोकला आला, तेव्हा त्या लगेच तिला म्हणाल्या, 'तू जरा लांब थांब. माझ्या मुलीला त्रास व्हायला नको.' आम्ही वाद नको म्हणून ज्या ज्या वेळेस त्या येतील त्या त्या वेळेस त्यांच्या म्हणण्याप्रमाणे व्यवस्था करायचो. कारण त्यांना समजावून सांगणे किंवा त्यांना आमचे म्हणणे पटणे हे जरा अशक्यच वाटत होते. कारण त्यांची देहबोली, बोलण्याची भाषा जरा अति चिकित्सक आणि थोडीशी ताठा असलेली वाटत होती. कालांतराने याचा उलगडा त्यांच्याच बोलण्यातून झाला. एका उच्च शासकीय अधिकाऱ्याची पत्नी असल्याने त्यांच्या वागण्या-बोलण्यात हा नको तेवढा रुबाब डोकावत होता.

खरे तर तुम्ही कुठेही काम करत असाल, उच्च पदस्थ असाल, परंतु तुम्ही दुसऱ्यांकडून काही काम करून घेण्यासाठी जाता, तेव्हा त्या व्यक्तीच्या ज्ञानालाही मान दिला पाहिजे. ती व्यक्ती तिच्या क्षेत्रातली जाणकार असते. तिचे म्हणणे शांतपणे ऐकून त्यावर विचार करून थोडातरी विश्वास दाखवायला हवा. आपले पद, शिक्षण याच्या तोऱ्यात समोरच्या व्यक्तीचा अनादर करू नये.

तुम्ही ब्युटीपार्लरसारख्या एखाद्या ठिकाणी सेवा घ्यायला येता, तेव्हा निश्चितच तिथे अनेक जण येत असतात. त्यामुळे आमच्यासारखे पार्लरचे संचालक तेथील आरोग्यविषयक सुरक्षिततेचे सर्व निकष पाळूनच काम करतात. ग्राहकांची सर्वतोपरी काळजी घेऊनच आमचे काम चालते. **तरीही तुम्हाला खात्री वाटत नसेल, तर तुम्ही घरातून येताना स्वतः साठी शाम्पू, टॉवेल, नॅपकिन्सचा सेट बरोबर घेऊन येऊ शकता. यामुळे तुम्हाला निर्धास्तपणे आणि आनंदात त्या सौंदर्योपचारांचा लाभ घेता येईल. तुम्ही सारख्या शंका घेत राहिलात, तर काम करणाराही दुखावला जाईल.** त्यामुळे अशा सार्वजनिक ठिकाणी इतरांवर विश्वास ठेवूनच तुम्हाला तुमचे काम करावे लागते.

तुम्हाला आरोग्यविषयक सुरक्षिततेबद्दल अधिक काळजी घ्यायची असेल, तर अशावेळी तुम्ही पुढील गोष्टी करू शकता -

१. केस धुताना तुमच्या आवडीचा किंवा तुम्हाला सूट होणारा तुमचा शाम्पू तुम्ही बरोबर घेऊन जाऊ शकता.

२. वॅक्सिंग झाल्यावर पार्लरच्या स्पंजने हातपाय न पुसता तुमचा नॅपकिन ओला करून तो वापरू शकता.

३. हेड मसाजसाठी वापरल्या जाणाऱ्या तेलाची किंवा त्याच्या वासाची तुम्हाला ॲलर्जी असेल, तर तुम्ही घरून तुमचे सवयीचे तेल नेऊन मसाज देण्याची विनंती करू शकता.

ऑनलाईन कहाणी

गेल्या काही वर्षांत आपल्या सर्वांच्या जीवनात इंटरनेटचा वापर वाढला आणि संपर्कासाठी एक सशक्त माध्यम सर्वांसाठी खुले झाले. 'करलो दुनिया मुठ्ठी में' असे म्हणत इंटरनेटमुळे प्रत्येक क्षेत्रात लक्षणीय बदल घडून आले. व्यवसायाची जाहिरात करण्यासाठी मोठी संधी निर्माण झाली. काळाबरोबर धावताना मीसुद्धा माझ्या व्यवसायाची जाहिरात इंटरनेटवर टाकली. हळूहळू मला कामासाठी विचारणा होऊ लागली. एकदा नेटवरची जाहिरात बघून शलाका, तिच्या लग्नाच्या मेकअपसाठी चौकशी करायला आली. तिला माझ्याकडील कामाचे फोटो दाखवले आणि माहिती सांगितली. वेगवेगळ्या हेअरस्टाइलचे फोटो, वेगवेगळ्या पॅकेजेसबद्दल माहिती सांगितली. तिच्या बजेटमध्ये बसेल असे पॅकेज बघून तिचे समाधान झाले. त्यामुळे तिने माझ्याकडे लग्नाच्या मेकअपची तारीख सांगून बुकिंग केले. माझ्या पद्धतीनुसार थोड्याच दिवसांत तिला कोणती हेअरस्टाइल चांगली दिसेल, याची ट्रायल घेण्यासाठी अपॉइंटमेंट दिली. त्याप्रमाणे ती मैत्रिणीला बरोबर घेऊन ट्रायलसाठी आली. आल्यावर प्रथम मी तिला तिच्या हेअरस्टाइलविषयी काही कल्पना आहेत का? तिला ती लग्नात कशी दिसायला हवी? हे विचारून घेतले. काही तिच्या विचाराने, काही मी सुचवल्याप्रमाणे तिची हेअरस्टाइल केली. तिच्या मैत्रिणीने वेगवेगळ्या बाजूंनी भरपूर फोटो काढले. (मोबाइलच्या कृपेमुळे आजकाल कॅमेरा अगदी सहजपणे उपलब्ध झाला आहे.) **दुसऱ्याच दिवशी शलाकाचा मला फोन आला, ती म्हणाली, 'आपण जी हेअरस्टाइल ठरवली आहे, ती माझ्या होणाऱ्या नवऱ्याला एवढी आवडली नाही, तेव्हा आपण परत एकदा ट्रायल घेऊ या.'** मी म्हटले, काही हरकत नाही. परत एकदा ट्रायलचा दिवस ठरवला. परत ती आणि मैत्रीण पार्लरमध्ये येऊन दाखल झाल्या. तिने मोबाइलमध्ये अजून काही फोटो आणले होते. त्याप्रमाणे पुन्हा ट्रायल करून झाली. तिच्या आणि मैत्रिणीच्या आणि मोबाइलच्या फोटोंवरून सुंदरशी हेअरस्टाइल निश्चित केली. तिला ती खूपच आवडली आणि त्या दोघी आनंदाने घरी गेल्या. **त्यानंतर दर थोड्या दिवसांनी मला तिचा फोन यायचा. 'माझा लूक आणि मेकअप खरोखरच छान करणार ना तुम्ही?' असे मला वारंवार विचारून ती खात्री करायची.** मीसुद्धा तिला पुन्हा पुन्हा खात्री द्यायचे. शेवटी मी तिला म्हणाले, की 'आता मी तुला माझ्याकडच्या कामाचे फोटो दाखवले आहेत, आपली ट्रायलसुद्धा पार पडली आहे, तेव्हा तुला माझ्यावर विश्वास ठेवावाच लागेल.' असे सांगितल्यावर

आमचा फोन तेवढ्यापुरता बंद व्हायचा. आश्चर्य वाटेल पण अशा प्रकारे लग्नाच्या तारखेपर्यंत तिने मला सतत फोन केला आणि मीसुद्धा न कंटाळता तिला आश्वस्त करत राहिले. ती लग्नाच्या अगोदरच्या सौंदर्योपचारांसाठी पार्लरमध्ये आली, तेव्हा तीन-चार तास आमच्या सगळ्या टीमने तिचा छान मेकओव्हर करून दिला. **जाताना अगदी आनंदी मूडमध्ये प्रसन्न मनाने आमच्या कामावर खूश होऊन ती घरी गेली. परत रात्री मला तिचा फोन आला. ती काळजीने म्हणाली, 'माझ्या मैत्रिणी आणि बहिणी म्हणत आहेत की, तुझ्यात एवढा काही फरक दिसत नाही.'** तेव्हा मी तिला अर्थातच फरक दिसायला थोडा वेळ लागेल, काळजी करू नको असे सांगून सकाळपर्यंत वाट पाहायला सांगितली.

दुसऱ्या दिवशी अपेक्षेप्रमाणे तिचा फोन आला आणि कालच्या प्रश्नाचे तिला हवे ते उत्तर मिळाले आहे, हे तिचा उत्साही स्वरच मला सांगून गेला. अर्थात शब्दांतही तिने मला हेच सांगितले, की तिला खूप फ्रेश, ताजेतवाने वाटत आहे. सगळे ती छान दिसत असल्याचे सांगत आहेत. मला ही खात्री होतीच, तरीही मी सुटकेचा निःश्वास टाकला. खरे तर ज्या दिवशी आपण त्वचेसाठी किंवा इतर विशेष सौंदर्य उपचार घेतो, त्यादिवशी आपले शरीर मोकळे होत असते. त्वचा, त्वचेवरची रंध्र, स्नायू यांना मसाज किंवा व्यायाम मिळाल्यामुळे त्यांची झीज भरून येत असते. **काही उपचारपद्धतींमध्ये काही रासायनिक द्रव्ये वापरली जातात. ह्या रासायनिक द्रव्यांचा परिणाम दिसायला काही काळ जाऊ द्यावा लागतो. परंतु, 'पी हळद आणि हो गोरी' याप्रमाणे क्षणात परिणाम हवा असणाऱ्यांची मात्र निराशा होते.** लोकांच्या प्रतिक्रिया, त्यांचे वेगवेगळे अनुभव, ऐकून जर आपण तुलना केली, तरी आपली निराशा होते. काही सौंदर्योपचारांचा परिणाम लगेच दिसतो, तर काहींना थोडा कालावधी जाऊ द्यावा लागतो. जसा लांब केसांचा छोटा हेअरकट करून दिला, तर चेहऱ्यात खूप मोठ्या प्रमाणात बदल झालेला जाणवतो. परंतु, फेशियल किंवा इतर अवयवांना आराम मिळवून देणाऱ्या उपचारांनी त्यावेळेस शरीराला आराम मिळतो आणि जाणवण्याजोगा परिणाम काही काळानंतर दिसतो. त्यासाठी थोड्या संयमाची गरज आहे. इतरांचे बोलणे ऐकून आपण घाबरून जाऊ नये. तर असो, तिला आता छान वाटल्याचे तिने सांगितले आणि मलासुद्धा निश्चिंत झाल्यासारखे वाटले. आता तिच्या लग्नाची तारीख दोन दिवसांवर आली होती. सकाळी सकाळीच परत मला तिचा फोन आला, 'माझ्या पुढच्या केसांवर रंग नीट बसला नाही, तेव्हा मला तुम्ही परत एकदा मेकअपच्या आधी केस रंगवून द्या.' खरे तर हे ऐकून मला खूप आश्चर्य वाटले होते. कारण मी स्वतः जातीने तिच्याकडे लक्ष देऊन सर्व गोष्टी करून घेतल्या होत्या. प्रत्येक नववधूचा लग्नाचा दिवस जास्तीत जास्त आनंदात जावा, आमच्याकडून कुठेही काही चूक होऊ नये, म्हणून मी आणि माझी टीम

अतिशय दक्ष राहून काम करायचो. अशा वेळी तिचे हे म्हणणे माझ्यासाठी काळजी करण्यासारखेच होते.

तिचे हे बोलणे ऐकल्यावर लग्नाच्या आदल्या दिवसाच्या मेकअपच्या वेळी थोडे लवकर यायला सांगितले. ती आल्यावर तिच्या कुठल्या केसांचा रंग गेला आहे, हे विचारले असता तिने सांगितले, की 'मी माझ्या होणाऱ्या नवऱ्याला माझा सेल्फी पाठवला असता तो बघून त्याने सांगितले, की पुढचे केस थोडे पांढरे वाटत आहेत.' मग मी तिला तो फोटो दाखवायला सांगितला. फोटो बघितल्यावर माझ्या लक्षात आले की कॅमेऱ्याच्या फ्लॅशमुळे तिच्या पुढच्या केसांवर प्रकाश पडला आणि त्याला ते पांढरे दिसले होते. **खरेच पूर्वी मोबाइल फोन, व्हॉट्सॲपच्या सुविधा उपलब्ध नव्हत्या, तेव्हा कांदे पोह्याच्या कार्यक्रमानंतरची थेटभेट लग्नाच्या मांडवातच व्हायची. कारण लग्नापर्यंत गाठीभेटी किंवा साधा फोन करण्या एवढेही स्वातंत्र्य नसल्यामुळे सारखे सारखे फोटो किंवा चॅटिंग यांमुळे काही जास्तीच्या समस्या निर्माण होतच नसत. तर असो, 'कालाय तस्मै नमः'! मला तो फोटो पाहून हसावे की रडावे हेच कळेना.** मी अगदी बारकाईने तिचे केस प्रत्यक्ष बघितले असता मला पुढचे केस व्यवस्थित रंगलेले दिसत होते. पण केवळ तिच्या समाधानासाठी मी तिचे पांढरे नसलेले काळे केस पुन्हा काळे करून दिले.

मग लग्नाच्या आदल्या दिवसाच्या कार्यक्रमांसाठी मेकअप सुरू झाला. **एकीकडे थोड्या थोड्यावेळाने, मी आज छान दिसेन ना, मेकअप छान होईल ना, असे प्रश्न विचारून मला घाबरवून सोडण्याचे आणि माझा रक्तदाब सतत वर-खाली करत राहण्याचे काम ती इमानेइतबारे करत होती.** अशा प्रकारे तिच्या सर्व प्रश्नांना उत्तरे देत, तारेवरची कसरत करत, माझ्या हृदयाची वाढती धडधड ऐकत मी तिचा मेकअप एकदाचा पूर्ण केला. यानंतर अशाच धडधडत्या हृदयाने **मी जेव्हा तिला आरशात पाहायला सांगितले, तेव्हा ती एकदम जोरात ओरडली. 'बापरे!' माझ्या पोटात एकदम धस्स झाले. आम्ही सर्व जण स्तब्ध होऊन तिच्याकडे पाहू लागलो. खरे तर तिचे सुंदर रूपडे आरशात पाहून तिने आनंदाने मारलेली ही आरोळी होती.** अशी अनपेक्षित प्रतिक्रिया देऊन आमचे धाबे दणाणून सोडण्याचे काम तिने पुन्हा एकदा केले होते. तिचा तो आनंदी चेहरा पाहून मला मात्र एवढे दिवस चालेल्या माझ्या परीक्षेचा/कसोटीचा विजय झाल्यासारखा वाटला. दुसऱ्या दिवशी तिने लग्नाचा मेकअप अतिशय शांत चित्ताने करून घेतला. त्यामुळे मला तिला चांगल्या प्रकारे तयार करता आले. मेकअप बघितल्यावर तिने मला घट्ट मिठी मारून 'माझा आजचा दिवस तुम्ही खूप आनंदी केलात', असे म्हणून माझे खूप आभार मानले. तसेच आजपर्यंत खूप प्रश्न विचारून, शंका घेऊन त्रास दिला, त्याबद्दल दिलगिरीही व्यक्त

केली. अशा प्रकारे माझी पहिली इंटरनेटवर व्यावसायिक जाहिरात करून मिळालेल्या क्लायंटची कहाणी सुफळ संपूर्ण झाली. मलासुद्धा तिच्या अपेक्षांना मी खरी उतरल्यामुळे खूप समाधान वाटले.

काही दिवसानंतर ती मला भेटायला आली असता तिने सांगितले, की तिच्या बहिणीच्या लग्नातला मेकअप चांगला न झाल्याने बहिणीचे सौंदर्य अजिबात खुलले नव्हते, त्यामुळे ती सुंदर दिसली नव्हती आणि त्यामुळेच तिच्या मनात स्वतःच्या मेकअपबद्दल खूप धास्ती होती. आणि म्हणूनच ती माझ्याकडून सारखी सारखी खात्री करून घेत होती. अर्थात पहिल्यांदा कुणाकडूनही काम करून घेताना मनात शंका येतातच; परंतु तरीही थोडा विश्वास दाखवून समोरच्यालासुद्धा मोकळेपणाने काम करण्याचा आनंद आणि मुभा द्यायला हवी. तरच ती व्यक्ती तुमचे काम करताना कुठलेही दडपण न घेता हसत-खेळत, आनंदात काम छान पार पाडेल.

जादू तरुणाईची

तरुणाईचा उत्साह, जल्लोष मला नेहमीच ऊर्जा प्रदान करतो. त्यांच्याबरोबर काम करताना, त्यांचे नवीन नवीन ट्रेंड्स, त्यांची भाषा, काळाबरोबर बदलत जाणाऱ्या फॅशन, ह्यांची माहिती मला होत राहायची. यामुळे तरुणाईत वावरायला मला खूप आवडायचे आणि अर्थात माझ्या व्यवसायामुळे ते सहज शक्यसुद्धा व्हायचे. ओळखीमुळे माझ्या क्लायंटची कॉलेजमध्ये जाणारी मुले/मुली यांच्या कॉलेजच्या कार्यक्रमासाठी, फॅशन शोसाठी किंवा एखाद्या करंडक स्पर्धेसाठी माझ्याकडे मेकअप करून घेण्यासाठी येत. ती आल्यावर सगळ्यात आधी व्यावहारिक बोलणी करायला सुरुवात करत. कारण एकच - त्यांचे बजेट खूप कमी असे. अर्थात मला याची कल्पना असायचीच. मेकअपमुळे सादरीकरणाला आणखी उठाव येण्यासाठी त्यांना माझ्याकडून सहकार्य हवे असायचे. अशा वेळेस व्यावहारिक मुद्दे बाजूला ठेवून मी आधी त्यांची थीम काय आहे, किती मुले-मुली सहभागी होणार आहेत, त्यांची वेशभूषा काय, कार्यक्रम सकाळी

की संध्याकाळी आहे, त्यांना माझ्याकडून कशा प्रकारच्या मेकअपची अपेक्षा आहे, ह्याची माहिती घ्यायचे. त्यांचे बजेट लक्षात घेऊन मी त्यानुसार योजना तयार करायचे. अर्थातच ती त्यांना पसंत पडे. मग निश्चित वेळ विचारून ठरलेल्या दिवशी मी त्यांच्या कॉलेजमध्ये जायचे. कॉलेजमध्ये पाऊल ठेवताच मला माझे कॉलेजचे दिवस आठवत. खरे तर कॉलेजमधून बाहेर पडलेल्या सर्वांनाच असे वाटत असावे. तिथल्या जादुई वातावरणाची काहीतरी भुरळच पडते जणू. काही काळ आपणसुद्धा त्यांच्यातलेच एक होऊन जातो. त्यांची लगबग, हास्यविनोद, कार्यक्रम सुरळीत पार पाडण्यासाठी होणारी त्यांची तगमग, धावपळ, यातच फुलून आलेली मैत्री बघून मीसुद्धा त्यांच्या गटात सामील होऊन, त्यांच्याच भाषेत संवाद साधत माझे काम करू लागायचे. **झटपट त्यांच्या मनासारखा मेकअप करून दिला की त्यांच्या हास्याने त्यांच्या चेहऱ्यावरचा मेकअप असा काही खुलून यायचा की मन कामाच्या समाधानाने काठोकाठ भरून जायचे.** तरुणाईचा हा सळसळता उत्साह माझ्यावर पण नकळतपणे प्रभाव टाकायचा. हा उत्साह अनुभवण्यासाठी मी नेहमीच त्यांच्या बजेटचा विचार न करता त्यांच्यासाठी काम करायचे. खरे तर त्यांच्यात मला सहभागी करून ही मुले, मला जो आनंद द्यायची, त्यापुढे निश्चितच सगळे बजेटचे पारडे फिके पडे. ह्या आनंदाची, मनात भरभरून साठवलेल्या तरुणाईच्या जोशाची, ऊर्जेची बरोबरी कशा बरोबरही होऊ शकत नाही. दुसऱ्या दिवशी ही मुले-मुली, त्यांना मिळालेल्या बक्षिसांची बातमी सांगत, तेव्हा मलासुद्धा त्यांच्या यशात आपला खारीचा वाटा आहे हे जाणवून जिंकल्याचा आनंद व्हायचा. कधीकधी बक्षीस न मिळालेली मुले/मुलीही मला भेटत, तेव्हा कार्यक्रमाविषयी, स्पर्धेत सहभागी झालेल्या क्षणांबद्दल, झालेल्या चुकांबद्दल बोलत, त्यापासून आम्ही काय शिकलो हे सांगत. ते ऐकून मला त्यांचे खूपच कौतुक वाटायचे. सर्व परिस्थितीत त्यांचा योग्य पद्धतीने बघण्याचा दृष्टिकोन मला खूप सकारात्मक ऊर्जा द्यायचा. म्हणूनच **अशी ऊर्जा माझ्यात साठवून घेण्यासाठी, आयुष्य भरभरून जगण्यासाठी मी अशा तरुणाईसाठी काम करण्यास सदैव उत्सुक असायचे.**

=◉=

तुम इतना जो मुस्कुरा रहे हो

माझ्याकडे अगदी बालपणापासून हेअरकटसाठी नियमित येणारी गंधाली माझी अगदी छान मैत्रीण झाली होती. मोठी झाल्यावर ती हातापायावरचे नको असलेले केस काढण्यासाठी म्हणजे वॅक्सिंगसाठी यायला लागली, तेव्हा वॅक्सिंग करताना ती खूप हसत असे. मला काहीच कळत नसे. कारण वॅक्सिंग हा प्रकार तसा थोडासा त्रासदायक असल्यामुळे बऱ्याच जणींचा उलट आरडाओरडाच सुरू असतो. पण तिच्या बाबतीत मात्र उलटा प्रकार होता. ती प्रचंड हसायची, त्यामुळे तिचे वॅक्सिंग करताना काम करणाऱ्या मुलींना तिला कशामुळे एवढे हसायला येते, असा प्रश्न पडे. मग मी तिला त्याबाबत विचारले असता तिने सांगितले की, 'मलासुद्धा वॅक्सिंग करताना खूप दुखते, पण ते सहन करण्यासाठी मी हा मार्ग शोधला आहे. मी एकीकडे हसत राहिले, तर मला कमी त्रास होतो.' होणारा त्रास हसत हसत सहन करण्याच्या, **एवढ्या लहान वयात त्रासदायक गोष्टी हसत हसत पचवण्याच्या तिच्या वृत्तीचे मला कौतुक वाटले. अगदी 'तुम इतना जो मुस्कुरा रहे हो' या गाण्याची आठवण झाली.** हीच माझी छोटी मैत्रीण प्रत्येक वेळेस वेगवेगळे हेअरकट करायला सांगायची. तिला सगळे हेअरकट करून बघायची खूप उत्सुकता आणि आवड होती. त्यामुळे लहानपणी तिच्या आईमध्ये आणि तिच्यात मध्यस्थीचे काम करत तिचा हेअरकट करायला मला खूप मजा यायची. हीच मुलगी आता 'मोठी' होऊन कोणताही त्रास हसत सहन करायचे तत्त्वज्ञान मला सहजपणे सांगून गेली.

कथा नकोशा केसांची

शरीरावर असणारे अनावश्यक केस काढून टाकल्यामुळे त्वचा अधिक सुंदर, आकर्षक दिसू लागते. तसेच शरीरावरचे अनाश्यक केस काढून टाकणे ही केवळ फॅशन नसून शारीरिक स्वच्छतेचासुद्धा तो एक भागच आहे. त्वचेवरील हे अनावश्यक केस काढण्याचे अनेक पर्याय उपलब्ध आहेत. त्यातलाच वॅक्सिंग ह्या पर्यायात केस मुळासकट बाहेर येत असल्यामुळे त्याचा परिणाम इतर पर्यायांपेक्षा अधिक टिकतो. त्यामुळे ह्या पर्यायाचा जास्त वापर केला जातो.

मुली/महिला पहिल्यांदाच वॅक्सिंग करणार असतील आणि वॅक्सिंग करताना त्वचा दुखावली गेली, तर थोडेसे सहन करण्याची मानसिक तयारी करण्यासाठी त्यांना वॅक्सिंगच्या पद्धतीविषयी आम्ही समजावून सांगायचो. त्यांना झेपेल, सहन होईल अशा पद्धतीने त्यांच्या वॅक्सिंगचे काम चालायचे.

'अगं मावशी', अशी गोड हाक मारत माझ्याशी संवाद साधणारी अशीच एक छोटुकली मोठी झाल्यावर वॅक्सिंगसाठी एकदा पार्लरमध्ये आली. तिचे वॅक्सिंग सुरू केल्यावर पहिल्याच पट्टीला ती इतक्या जोरात रडायला लागली, की तिचे वॅक्सिंग करणाऱ्या मुली गोंधळून गेल्या. त्यामुळे वॅक्सिंग थोडा वेळ थांबवून तिला विचारले, तर तिने न थांबता वॅक्सिंग सुरू ठेवायला सांगितले. 'मी कितीही रडले तरी तुम्ही थांबू नका' असा तिचा आग्रह होता. शेवटी सतत बडबडत, मोठमोठ्याने रडत, डोळ्यांतून गंगाजमुना वाहत असताना आम्ही तिचे वॅक्सिंग पूर्ण केले. 'मला सवय होईपर्यंत, तुम्ही अशाच पद्धतीने माझे वॅक्सिंग करत जा' हेही तिने आम्हाला पुन्हा सांगितले. तिला सहन होत नसेल तर थांबू या, असे मला खूपदा वाटले, पण तिने त्यास नकार देत हट्टाने वॅक्सिंग पूर्ण केले. कालांतराने तिला वॅक्सिंगची सवय होत गेली. परंतु, नंतर जेव्हा जेव्हा तिला आम्ही तिच्या पहिल्या वॅक्सिंगचा किस्सा सांगत असू, तेव्हा ती **'मावशी, मी तुम्हाला किती त्रास दिला, पण तुम्ही किती छान पद्धतीने मला सगळ्या गोष्टी सांगितल्या' असे म्हणून त्याबद्दल आभार मानत असे.**

खरेच, आपल्या रक्षणासाठी त्वचेवर असणारे केस काढण्याची ही प्रक्रिया मलासुद्धा त्रासदायक वाटत असे. वॅक्सिंगमुळे काहींना हातापायांवर छोटे छोटे फोड येणे, त्वचा लाल होणे, अशा समस्यांना सामोरे जावे लागायचे. म्हणूनच ज्यांची त्वचा नाजूक आहे आणि त्यांच्या त्वचेवर केसांचे प्रमाण कमी आहे, अशा मुलींना शक्यतो सारखे सारखे वॅक्सिंग न करण्याचा सल्ला मी द्यायचे. अगदी काही महत्त्वाचा कार्यक्रम असेल, तरच

वॅक्सिंग करा असे सांगायचे. **ज्यांच्या शरीरावर दाट लव असेल, त्यांनी साधारण वीस ते पंचवीस दिवसांच्या अंतराने वॅक्सिंग करणे योग्य असते. वॅक्सिंग केल्याने हळूहळू लव कमी होऊन नंतर त्यांना वॅक्सिंग करताना त्रासही कमी होतो.**

वॅक्सिंग करताना आणि नंतर घ्यायची काळजी.

१. वॅक्सिंग करावयाच्या अगोदर त्वचेवर कुठलेही क्रीम किंवा मॉइश्चरायझर लावू नये.

२. त्वचा स्वच्छ साबणाने धुऊन कोरडी करावी आणि मगच वॅक्सिंग करावे. तुम्ही बाहेरून, उन्हातून आला असाल, त्वचेवर घाम आला असेल, तर वॅक्सिंग करण्यात अडथळा निर्माण होतो. केस व्यवस्थित निघत नाहीत.

३. वॅक्सिंग झाल्यावर स्पंजने हात आणि पाय पुसण्यापेक्षा स्वच्छ पाण्याने धुवावेत. पार्लरमध्ये स्पंजने पुसले असतील, तरी घरी गेल्यावर स्वच्छ पाण्याने हातपाय धुऊन, कोरडे करून मॉइश्चरायझर लावावे.

४. वॅक्सिंग करताना काही केस लवकर निघत नसतील, तर त्या ठिकाणी पुन्हा पुन्हा वॅक्स लावून पट्ट्या ओढू नयेत. नाहीतर तिथली त्वचा लाल होऊन पुरळ येते.

५. वॅक्सिंगनंतर काहींची त्वचा लाल झाली किंवा पुरळ आले, तर त्या ठिकाणी बर्फ फिरवावा आणि थोड्या वेळाने मॉइश्चरायझर लावावे.

६. चेहऱ्यावर वॅक्सिंग केले असेल, तर चेहरा स्वच्छ पाण्याने धुऊन क्रीम लावावी. शक्यतो त्या दिवशी बाहेर जाऊ नये, तसेच त्या भागावर बर्फ फिरवावा.

७. लग्नाआधीच्या सौंदर्योपचाराचा भाग म्हणून वॅक्सिंग करावयाचे असल्यास शक्यतो लग्नाच्या एक ते दीड महिना अगोदरपासून वॅक्सिंग बंद करावे, म्हणजे केसांची इनग्रोथ वाढते. मग लग्नाच्या काही दिवस अगोदर वॅक्सिंग करताना व्यवस्थित सगळे केस निघतात.

वॅक्सिंगबाबत शास्त्रीय माहिती नसल्याने अनेक वेगवेगळे किस्से घडले आहेत. एकदा एक नवरी लग्नाअगोदर वॅक्सिंग करण्यासाठी आली होती. तिच्या वॅक्सिंगची तयारी केली, तेव्हा तिच्या हातापायांवर तेलकट थर दिसून आला. तिला कारण विचारले असता, वॅक्सिंगचा त्रास होऊ नये म्हणून तिने तेलाने सर्वांगाला मसाज केल्याचे सांगितले. अशा वेळेस खरोखर काय म्हणावे कळत नसे. तिला तेलामुळे वॅक्सिंगचा त्रास झाला नाही, हे वेगळ्या अर्थाने खरेच झाले, कारण अशा परिस्थितीत आम्ही तिचे वॅक्सिंगच करू शकलो नाही. मग तिला दुसऱ्या दिवशीच बोलावले. अर्थात सगळ्या सूचना आधी देऊनसुद्धा अशा गोष्टींचा सामना करावा लागतो याचीही हळूहळू सवय झाली.

काही नियमित येणाऱ्या क्लायंट्ससुद्धा वॅक्सिंगचे मजेशीर अनुभव देत. काही क्लायंटचे वॅक्सिंग पूर्ण झाले, तरी त्या वॅक्सिंग केलेल्या जागेवर परत परत वॅक्स लावून घेत आणि सर्व केस निघाले की नाही हे सतत तपासत राहत. खरे तर त्यांचे पहिल्या झटक्यातच सर्व केस निघून आलेले असत. पण त्यांची खात्री पटत नसे. दोन-तीन वेळा वॅक्सिंग पट्ट्या ओढून घेऊन वॅक्सिंग नीट झाले आहे ना, हे तपासत असत. एवढेच काय पण आमच्याकडे शोभेसाठी जे लाइट्स लावले आहेत, तेसुद्धा सर्व लावून स्वतःचे समाधान करत असत. काही जणी तर अजून हे छोटे छोटे केस कसे राहिले म्हणून शेवटपर्यंत सतत भुणभुण करत. आम्हालाच त्यांच्या सारख्या सारख्या पट्ट्या ओढून लाल लाल झालेल्या हातापायांकडे बघून त्यांना समजावून सांगावे लागे, की 'तुम्हाला रॅश येईल, त्रास होईल.' काहींच्या बाबतीत, 'आम्ही पैसे देतो, तेव्हा माझे समाधान होईपर्यंत तुम्ही काम केले पाहिजे' अशी मनोवृत्ती डोकावून जात असे. मग भले स्वतःला त्रास झाला तरी चालेल.

=◉=

मुझे आन्टी कहो ना

पार्लरमध्ये माझ्या सर्व क्लायंट्सना साहाय्यक मुली 'मॅम' असे संबोधत असत. सर्वांना हेच संबोधन आवडायचे. पण माझ्याकडे नियमित येणाऱ्या सुचित्रा मॅडम ह्या नेहमी स्वतःच स्वतःला 'आन्टी' असे संबोधत. त्या म्हणत, 'मुलींनो, तुम्हाला माहीत आहे का, आन्टीला आता हे करायचे आहे, ते करायचे आहे. आन्टीला हे आवडत नाही हं, आन्टींना हे फार गरम वॅक्स लावू नका' असे त्यांचे संवाद सतत सुरू असत. त्यामुळे मुलींची अगदी छान करमणूक व्हायची. मला त्यावरून पूर्वी टीव्हीवर लागणाऱ्या 'हमपांच' नावाच्या मालिकेची आठवण होत असे. त्यातल्या एका आन्टींना स्वतःला आन्टी म्हटलेले अजिबात आवडायचे नाही. त्यामुळे त्यांना कुणी 'आन्टी' म्हटले, की **'मुझे आन्टी मत कहो ना' असे त्या अगदी न चुकता म्हणत असत. मालिकेतला हा संवाद तेव्हा खूप प्रसिद्ध झाला होता. त्यामुळे स्वतःच स्वतःला आन्टी संबोधून संवाद साधणाऱ्या या सुचित्रा मॅडमची मुलींना मात्र मजा वाटायची.** या आन्टी मात्र अतिशय प्रेमळ स्वभावाच्या होत्या. संक्रातीला स्वतः घरी केलेली तिळगूळवडी घेऊन येणाऱ्या, नववर्षाच्या शुभेच्छा आवर्जून प्रत्यक्ष भेटून द्यायला येणाऱ्या (मोबाइल असला तरी), पार्लर थोडे दिवस बंद दिसले, तर फोन करून ख्यालीखुशाली विचारणाऱ्या या प्रेमळ आन्टी माझ्या कायम स्मरणात राहिल्या आहेत.

कुछ तो लोग कहेंगे

एकदा मनीषाबरोबर तिच्या घरातील एक ज्येष्ठ व्यक्ती म्हणजे तिची आजी आली होती. तिचे काम होईपर्यंत त्या एकीकडे पुस्तक वाचत बसल्या होत्या. थोड्या वेळाने नातीचे काम संपल्यावर त्या घरी जाण्यासाठी निघाल्या, तेव्हा मुद्दाम थांबून त्यांनी माझे कौतुक केले. त्या म्हणाल्या, 'आतापर्यंत मला पार्लरमध्ये जाऊन या मुली काय काय करतात, उगाच आपला वेळ वाया घालवतात, केवळ फॅशनच्या नावाखाली भरपूर पैसे खर्च करतात असे कायम वाटायचे. पण **मी तुमचे इथले काम बघितले, तेव्हा मला कळले की स्वतःच्या शरीराची निगा राखण्यासाठी, चारचौघात वावरताना टापटीप राहण्यासाठी, सौंदर्याची काळजी घेणे योग्यच आहे. मुख्य म्हणजे यासाठी तुम्ही घेत असलेले कष्ट, तुमचे त्याविषयीचे ज्ञान, प्रत्येकाला तुम्ही देत असलेली योग्य माहिती, करत असलेले मार्गदर्शन बघून खरोखर ह्या व्यवसायाविषयी माझ्या मनात असलेला गैरसमज दूर झाला. तुमचे खूप कौतुक वाटते.'**

मला वाटते अजूनही आपल्या समाजात काही ठरावीक करिअरच्या क्षेत्रांनाच जास्त प्रतिष्ठा दिली जाते. तुम्ही चौकटी बाहेरचे करिअर निवडले, तर बरेचदा त्याला नाके मुरडली जातात. केस कापणे किंवा पार्लर चालवणे म्हणजे ज्यांना इतर काहीच काम करता येत नाही, ज्यांचे जेमतेम शिक्षण आहे, अशांसाठीच असलेले करिअर अशी धारणा पूर्वी आपल्या समाजात होती. यामुळे या व्यवसायाला समाजमान्यता मिळायला बरीच वर्षे लागली. हळूहळू लोकांना ह्याचे महत्त्व पटू लागले. आता तर ह्या क्षेत्राला चांगली प्रतिष्ठा मिळालेली आहे. अनेक उच्चशिक्षित मुली/महिला ज्यांना ह्या कलेची आवड आहे, त्याही हा व्यवसाय करताना दिसू लागल्या आहेत. हळूहळू ह्या क्षेत्राला ग्लॅमर प्राप्त झाल्यामुळे, अनेक मुले/मुली ह्या क्षेत्राचा करिअर करण्यासाठी विचार करू लागले आहेत.

मला आठवते, 'मी ब्युटीपार्लर चालवते' अशी माझी ओळख करून देताना, माझ्या व्यवसायाबद्दल लोकांना सांगायचे, तेव्हा लोकांना त्याबद्दल विशेष उत्सुकता किंवा अधिक काही विचारण्याची गरज वाटत नसे. परंतु, आता त्याचे महत्त्व सर्वसामान्यांपर्यंत पोहोचले असल्यामुळे, ह्या व्यवसायाबद्दल लोकांना कौतुक वाटते. **ह्या व्यवसायाची तुम्हाला आवड असेल, त्यातील कौशल्य आणि अद्ययावत ज्ञान असेल, समोरच्याची गरज ओळखून काम करण्याची आणि वेळप्रसंगी आपले म्हणणे समोरच्याला पटवून देण्याचे कौशल्य असेल, तर तुम्ही या व्यवसायात येण्यास अतिशय योग्य व्यक्ती आहात. याशिवाय तुमच्यात व्यावसायिकता व संयमाने काम करण्याचे कसब असेल, तर निश्चितच ह्या व्यवसायात तुम्ही अधिकाधिक उंची गाठू शकता.**

मेकअप मेक इट अप

'मेकअप' हा स्त्रियांचा जिव्हाळ्याचा विषय. पूर्वी डोळ्यात काजळ घालणे आणि ओठांना लिपस्टिक लावणे एवढ्याच गोष्टी मेकअप करणाऱ्यांसाठी पुरेशा होत्या. परंतु, जसजसा ह्या क्षेत्रात ग्लॅमरचा शिरकाव झाला, तसतसे मेकअप आणि यासाठी लागणाऱ्या गोष्टींमध्ये अनेक बदल घडून आले. फाउंडेशन, आयशॅडोज, ग्लिटर्स, ब्लशरचे अनेक प्रकार बाजारात उपलब्ध झाले. टीव्हीमुळे तर आपल्या दैनंदिन जीवनात कपड्यांच्या, केसांच्या तसेच मेकअपच्या पद्धतीत अनेक आमूलाग्र बदल घडून आले. फार पूर्वी ओठ रंगवणेसुद्धा फारसे चांगले समजत नसत. पण आता काळानुसार अनेक संकल्पनांमध्ये बदल होत आहेत. महिला वेगवेगळ्या क्षेत्रात काम करू लागल्या आहेत. आपल्या ज्ञानाबरोबर आपले व्यक्तिमत्त्वसुद्धा अधिक उठावदार करण्यासाठी मेकअपच्या आधारे स्वतःत बदल घडवून आणू लागल्या. ओठांना लिपस्टिक लावणे, आयलायनर वापरणे आता सर्रास दिसू लागले आहे.

जशी जशी ब्युटीपार्लरची संकल्पना जनमानसात रूजू लागली, तशा घरगुती समारंभांसाठी, लग्नासाठी मुली/महिला मेकअप करण्यासाठी आवर्जून पार्लरकडे वळू लागल्या. **खरे तर मेकअप करणे म्हणजे तुमच्या आहे त्या सौंदर्याला उठावदार करून, तुमचे फिचर्स अधिक प्रमाणबद्ध करणे. चेहऱ्यातील दोष झाकून चेहऱ्याचे सौंदर्य खुलवणे हेच आहे.**

अनेकदा मेकअप करताना मला वेगवेगळ्या गोष्टींचा सामना करावा लागत असे. कधीकधी त्यातून खूप गमतीजमती घडत. बऱ्याच जणींना मेकअपबद्दल, मेकअपच्या साधनांबद्दल नीटशी माहिती नसल्यामुळे त्यांना समजावत मेकअप करावा लागे. मेकअप करायचा तर त्यासाठी काही गोष्टींचा वापर करावाच लागेल, ही गोष्ट क्लायंटला समजावताना अगदी नाकी नऊ येत.

मेकअप करायला येणाऱ्या क्लायंट्स 'आम्हाला मेकअप करायचा आहे, पण तो दिसला नाही पाहिजे' अशी अट घालतात, तेव्हा ह्यांचा मेकअप कसा करारचा ? ह्याचा मला नेहमी प्रश्न पडायचा. आता मोबाइलमुळे त्यांना बिफोर/आफ्टरचे फोटो दाखवता येत असल्यामुळे आमचे काम सोपे झाले आहे. एखाद्या क्लायंट डोळ्यात काजळ घालताना किंवा आयलायनर लावताना अगदी नकाराचा पाढा लावत. आम्हाला काजळ सूट होत नाही, माझ्या डोळ्यांखाली काळी वर्तुळे आहेत, मला काजळ आवडत नाही वगैरे, तेव्हा त्यांना चेहऱ्याचा मेकअप करताना, डोळ्यांचा

मेकअप करणे किती आवश्यक आहे, हे समजावून देताना माझी कसोटी लागायची. फक्त डोळ्यांना व्यवस्थित आकार देण्यासाठी आयलायनर पेन्सिलचा अगदी कमी प्रमाणात वापर कसा आवश्यक आहे, हे पटवून देऊन मगच त्यांच्या डोळ्यांचा मेकअप करावा लागायचा. काही क्लायंट्सनी तर कधीच लिपस्टिकचा वापर केलेला नसे. अशा वेळेस त्यांना हलक्या रंगाच्या लिपस्टिक्स वापरून 'न दिसणारा'मेकअप (न्युड मेकअप) करावा लागत असे.

आजकाल नववधूचा मेकअप करताना तिच्या आईच्या मेकअपचेही काम असते. काही आयांनी त्यांच्या स्वतःच्या लग्नातसुद्धा अजिबात मेकअप केलेला नसतो. परंतु, मुलीच्या आग्रहाखातर त्या मेकअप करण्यासाठी पार्लरमध्ये येत असत. अशा वेळी त्यांचे मेकअपबद्दलचे समज/गैरसमज व्यवस्थित समजून घेत त्यांचा मेकअप करावा लागत असे. त्या पहिल्यांदाच मेकअप करून कार्यक्रमात सहभागी होत, तेव्हा त्यांच्या दिसण्याबद्दल, त्यांनी केलेल्या मेकअपबद्दल छानशी प्रतिक्रिया अनुभवायला येई, तेव्हा कुठे त्यांना थोडा मेकअप केल्याचे समाधान मिळायचे. असे झाल्यानंतर दुसऱ्या वेळेस मात्र त्या अगदी बिनधास्तपणे मेकअप करायला येत. त्यांचा तो उत्साह, मेकअपमुळे त्यांना मिळालेला नवीन आत्मविश्वास बघून आम्हालासुद्धा आमच्या कामाचे चीज झाल्यासारखे वाटायचे.

ज्यांना मेकअपबद्दल माहिती आहे किंवा ज्या बरेचदा मेकअप करतात, त्यांचा मेकअप करण्यापेक्षा ज्यांनी आयुष्यात कधीच मेकअप केला नाही, अशा स्त्रियांना मेकअप करण्याचे आव्हान खरेच मोठे असते. त्यांना मेकअप केल्यावरही नेहमीसारखे सहजपणे वावरता यावे यासाठी आम्हाला सांभाळून काम करावे लागते. हे काम करताना आम्हाला आमच्या ज्ञानाबरोबरच, आमचे संवाद कौशल्यही पणास लावावे लागते. अर्थात नंतर त्यांच्याकडून छानसा रिझल्ट ऐकल्यावर, म्हणजेच त्यांची प्रतिक्रिया ऐकल्यावर आम्हाला कामाचे खरे समाधान मिळते.

कधीकधी काजळ घातल्यावर काहींच्या डोळ्यातून खूप पाणी यायला सुरुवात होते, तर काही जणी आयलायनर लावताना डोळे गच्च मिटून घेत. काहींच्या डोळ्यांची थरथर सुरू होई, तर काही जणी बुबुळाची खूप हालचाल करत. त्यामुळे आयलायनर लावताना डोळे स्थिर राहत नसत. अशा वेळेस खूप प्रयत्नपूर्वक काम करावे लागे. **चेहऱ्याचा, डोळ्यांचा मेकअप झाल्यावर डोळ्यांतून पाणी येत असेल, तर काही जणी पाणी पटकन हाताने पुसण्याचा प्रयत्न करत. त्यामुळे एवढा वेळ केलेल्या मेकअपवर खरोखरच 'पाणी फिरण्याची' वेळ येई.** त्यामुळे त्यांना आधीच सूचना देऊन 'कितीही पाणी आले, तरी आम्ही पुसू, तुम्ही हात लावू नका' हे सारखे सांगाताना आमच्या डोळ्यात पाणी येई.

धनश्री तिच्या साखरपुड्याच्या मेकअपसाठी पार्लरमध्ये आली. तिच्या मेकअपबद्दलच्या कल्पना लक्षात घेऊन, हेअरस्टाइलची ट्रायल घेऊन, आम्ही तिला कार्यक्रमाच्या दिवशी, तिला हवा तसा हलका मेकअप आणि हेअरस्टाइल करून छान तयार केले. पण तिच्या आईने तिला बघितले, तेव्हा कौतुक करायचे सोडून उलट मला मेकअपमध्ये बरेचसे बदल करायला सांगितले. 'हे नको, हे कमी करा' असे सांगत त्यांनी, आम्ही तिला जो काही हलका मेकअप केला होता, तोही सगळा काढून टाकायला सांगितला. त्यांचे म्हणणे ऐकण्याशिवाय माझ्याकडे काहीच पर्याय नव्हता. त्यामुळे अतिशय छान तयार करून दिलेल्या धनश्रीला परत त्यांच्या पद्धतीने तयार केले. **थोड्या वेळाने तिच्या मावसबहिणी आल्या आणि त्यांनी तिला बघितल्यावर 'तुझा मेकअप अजून व्हायचा आहे का?' असे विचारले. त्यावेळी मी फक्त तिच्या आईकडे बघितले.** मग तिच्या आईने कौतुकाने सांगितले, की 'मीच त्यांना असा मेकअप करायला सांगितला आहे.' हे ऐकून तिच्या मावसबहिणींचे चेहरे अगदी बघण्यासारखे झाले होते. त्यांना सगळा खरा प्रकार कळला, तेव्हा त्यांनी तिच्या आईला समजावले आणि मला परत तिला तयार करण्याची विनंती केली. झाल्याप्रकाराने नवऱ्यामुलीची अवस्था 'इकडे आड, तिकडे विहीर' अशी झाली होती. शेवटी सगळ्यांच्या मध्यस्थीमुळे एकदाचा तिचा मेकअप पुन्हा पार पडला. मेकअप केल्यावर ती खरेच खूप सुंदर दिसत होती. आईचा चेहराच आधी घडलेल्या प्रसंगाने थोडा पडला होता. मात्र तिच्या कार्यक्रमाचे फोटो आले, तेव्हा ते सुंदर फोटो बघून तिच्या आईने स्वतःची चूक कबूल करून, आम्ही केलेल्या मेकअपचे कौतुक केले. कार्यक्रमातही सर्वांनी मेकअपचे कौतुक केल्याचे सांगितले. मी मात्र मनोमन नवरीच्या मावसबहिणींना धन्यवाद दिले. कारण त्यांच्या मध्यस्थीमुळेच आम्हाला तिचा मेकअप करणे शक्य झाले.

प्रत्येकाची आवडनिवड निराळी असते, ही जगाची रीतच आहे. काहींना खूप भडक मेकअप तर काहींना अगदीच माफक प्रमाणात केलेला मेकअप आवडतो. काही क्लायंट हा निर्णय आमच्यावरच सोपवत, की 'मला कोणता मेकअप चांगला दिसेल हे तुम्हीच ठरवा.' शेवटी आम्हीसुद्धा क्लायंटच्या चेहऱ्यातील दोष झाकून, असलेल्या नैसर्गिक सौंदर्याला खुलवण्याचा प्रयत्न करत असतो.

एकूणच या मेकअप विषयातल्या काही गोष्टी नक्की लक्षात ठेवायला हव्यात. सर्वांत महत्त्वाचे म्हणजे पार्लरमध्ये मेकअप करायला जाण्यापूर्वी प्रत्येक महिलेने/ मुलींनी थोडी तरी मेकअपच्या साधनांची माहिती करून घ्यायला हवी. अधूनमधून आयलायनर किंवा डोळ्यात काजळ घालण्याची सवय करावी. सवय असेल तर डोळ्यांचा मेकअप करताना अडचण येत नाही. तसेच वेळप्रसंगी, छोट्या-मोठ्या घरगुती

समारंभांना जाताना लिपस्टिक वापरावी. कॉम्पक्ट, फाउंडेशन अशा साधनांची सवय किंवा माहिती असेल, तर अचानक एखाद्या कार्यक्रमाला पार्लरमधून मेकअप करून गेल्यावर संकोच न वाटता सहजपणे वावरताना अडचण येणार नाही. तसेच मेकअप करून देणाऱ्यांनासुद्धा त्यांचे काम व्यवस्थित करता येईल. कधीकधी मेकअपबद्दल अगाध ज्ञान असणाऱ्या क्लायंटचा मेकअप करणे हे आमच्यासाठी फार तापदायक होते. आम्हाला सतत त्यांच्या सूचनांना सामोरे जावे लागायचे. भले हा त्यांच्या चेहऱ्याला/पेहरावाला योग्य असो वा नसो, परंतु मला मेकअपमधील सर्वकाही कळते, ह्या अट्टाहासापुढे आम्ही अगदी कोंडीत सापडायचो. कधीकधी त्यांचा मेकअप कसा करावा हे कळायचे नाही. काही जणी मेकअप करताना हातात आरसा घेऊन सतत त्यात बघून आम्हाला सूचना करत. अशा वेळेस मेकअप करताना खूप अडचणी येत. **शेवटी कुठलेही काम एकाग्रचित्ताने केले, की त्याचा परिणाम खूप छान मिळतो. ही तर एक कला आहे. तरी ही प्राप्त परिस्थितीत जुळवून घेत आम्ही मार्ग काढत उत्तमोत्तम कलेचे दर्शन घडवतो.**

मेकअप करताना आवश्यक गोष्ट म्हणजे योग्य प्रकाश. चांगला प्रकाश असेल, तर काही अडचण येत नाही. परंतु, काही वेळेस कार्यक्रम होणार असलेल्या मोठमोठ्या हॉटेलमध्येसुद्धा अगदी अंधुकशा उजेडात आम्हाला मेकअप करावा लागायचा. तेव्हा आमची खरी परीक्षा असे. काही क्लायंट वेळेच्या बाबतीत खूप काटेकोर असत. त्यांना मेकअपसाठी लागणाऱ्या वेळेचा बरोबर अंदाज असायचा. त्यामुळे त्यांच्याकडून आम्हाला हवा तेवढा योग्य वेळ मिळायचा. परंतु, काही क्लायंट वेळेच्या बाबतीत अतिशय निष्काळजी असत. अशा वेळेस ते उशिरा येऊन पटापट मेकअप करून द्या, असे म्हणून आमच्या मागे लागत. काही ठिकाणी 'मेकअपला काय एवढा वेळ लागतो का?' म्हणून आम्हाला अगदी कमी वेळात 'मेकअप उरका' असे सांगितले जायचे, तेव्हा खरोखर वाईट वाटायचे. **कारण मेकअप करणे ही कला आहे. जेवढा तुम्ही छान वेळ देणार, आम्हाला सहकार्य करणार, तेवढा मेकअप अधिक चांगल्या प्रकारे करता येतो.** परंतु, प्रत्येकाच्या सोयीनुसार, त्यांचे समज/गैरसमज सांभाळत मेकअप करावा लागला, तर आमच्यावर किती दडपण येत असेल, याचा विचार कुणीही करत नाही.

कधीकधी लग्नात नववधूचा मेकअप करताना, तिच्या आवतीभोवती अति उत्साही आणि मेकअपबद्दलचे 'अति ज्ञान' असणाऱ्या मैत्रिणी, नातेवाईक आम्हाला तिचा मेकअप करताना सारख्या सूचना करत. साडी नेसवताना 'अशीच नेसवा, पदर जास्त लांबच आला आहे, इथे पिन लावू नका' अशा सूचना करून अगदी सळो की पळो करून सोडत. **अशा वेळेस 'बाई गं तूच का नाही तिचा मेकअप करत' असे म्हणावेसे**

वाटे. पण काळ वेळ बघून आम्ही आमचे काम शांतचित्ताने करत राहायचो.

त्यातल्या त्यात आता ब्युटीशियनकडे बघणाऱ्या सर्वांचाच दृष्टिकोन बदलत चालला आहे. या कामाला समाजमान्यता मिळू लागल्यामुळे आता आमच्या कामाकडे आदराने बघितले जात आहे, ही खूप चांगली गोष्ट आहे.

मेकअप छान होण्यासाठी :

१. मेकअप करण्यापूर्वी मेकअप कुठल्या कारणासाठी/समारंभासाठी करणार आहोत याची माहिती ब्युटीशियनला/मेकअप आर्टिस्टला व्यवस्थित सांगावी. जेणेकरून तुम्हाला प्रसंगानुरूप मेकअप आणि हेअरस्टाइल सुचवायला सोपे जाते.

२. मेकअपच्या साधनांची थोडीतरी माहिती प्रत्येक महिला/मुलींना असावी. आता इंटरनेटमुळे ही माहिती मिळणे खूपच सोपे झाले आहे.

३. नववधूला डोळ्यात काजळ/आयलायनर रोज लावायची सवय नसेल, तर लग्नाच्या काही दिवस आधीपासून याची सवय करावी. म्हणजे लग्नाच्या मेकअपच्या वेळी कदाचित होऊ शकणारा त्रास होणार नाही.

४. मेकअप करण्यापूर्वी तुमच्यासाठी कोणती साधने वापरायची किंवा नाही याची सूचना मेकअप आर्टिस्ट/ ब्युटीशियनला देऊन ठेवावी.

५. मेकअप करण्यापूर्वी चेहरा व्यवस्थित धुऊन घ्यावा, जर डोळ्यात आधीच काजळ लावले असेल, तर पुसून/धुऊन टाकणे आवश्यक आहे.

६. मेकअप झाल्यावर डोळे चोळणे/डोळ्यांना सारखे हात लावणे, ओठ मुडपणे ह्या सवयींबाबत थोडा संयम बाळगल्यामुळे आपला मेकअप जास्तीत जास्त काळ चांगला राहू शकतो.

आजकाल मोबाइलमध्ये कॅमेरा असल्यामुळे केशरचनेच्या ट्रायलसाठी येणाऱ्या मुली/महिला वेगवेगळ्या कोनातून खूप फोटो काढतात. फोटोवरून कुठली केशरचना चांगली दिसते हे ठरवतात. खरे तर ही गोष्ट खूप चांगली आहे, परंतु कधीकधी त्याचा इतका अतिरेक होतो की एखादी केशरचना प्रत्यक्ष छान दिसत असते. परंतु, फोटो घेताना चुकीच्या कोनातून काढल्यामुळे ती त्यांना आवडत नाही. त्यामुळे त्यांच्या चेहऱ्याला चांगल्या दिसणाऱ्या, पेहरावाला मिळता-जुळता असणाऱ्या केशरचना या नाकारतात. अशा वेळेस आम्ही त्यांना कितीही सांगितले, तरी या फोटोवरूनच सर्वकाही ठरवत. **काही क्लायंट ट्रायलच्या वेळेस एक केशरचना नक्की करत, परंतु ऐन कार्यक्रमाच्या दिवशी मात्र इंटरनेटवरून बघितलेली वेगळीच कुठली तरी केशरचना करायची मागणी करत.** यामुळे ऐन कार्यक्रमाच्या दिवशी यांचा आणि आमचा वेळ कुठली केशरचना करायची ह्यातच खर्च होत असे. खरे तर हा वेळ वाचावा, म्हणून तर आम्ही ट्रायल घेत असू. परंतु स्वभावाला औषध नाही हेच खरे.

साक्षीदार

लग्न ही प्रत्येक मुलीच्या आयुष्यातील खूप महत्त्वाची घटना. जिथे आपण लहानाचे मोठे होतो ते घर, तिथली माणसे, परिवार सोडून नवीन घरात जाताना तिच्या मनात असंख्य भावनिक आंदोलने, प्रश्न घोळत असतात. घरातील लोकांचीसुद्धा तशीच अवस्था असते. आईवडील एकीकडे लग्न ठरल्यामुळे एवढ्या आनंदात असतात, तर कधीकधी लेकीच्या दुराव्याने, तिच्या काळजीने सारखे चिंतित होत असतात. अशा भाव-भावनांच्या सरमिसळीत सगळेच जण लग्नाची तयारी जोरात करत असतात आणि **अखेर एक दिवस तो क्षण येतो, तेव्हा होणारी त्यांची सुखद धावपळ, त्यांचा आनंद, त्यांची हुरहूर अनुभवण्याचे कितीतरी सुंदर क्षण मला ह्या व्यवसायामुळे अनुभवायला मिळाले.** लग्न घटिका जशी जशी जवळ येते, तेव्हा प्रत्येक नात्यागणिक त्या त्या व्यक्तिच्या मनात उठणारे तरंग, त्यांची मनोवस्था मला प्रत्येक लग्नात नव्याने अनुभवायला मिळाली.

नवऱ्यामुलीला मेकअप करून तयार केल्यावर तिचे वधूच्या वेशात सजलेले रूप बघून आईवडिलांचे डोळे आनंदाश्रुंनी पाणावतात. एकीकडे सगळे साज-शृंगार लेऊन गौरीहर पुजणाऱ्या नवरीची सगळी बहीण-भावंडे थट्टामस्करी करत तिच्या सौंदर्याचे कौतुक करत असतात. सगळ्या नातेवाईकांच्या गराड्यात, कौतुकाच्या सोहळ्यात नवरीचा मामा तिला बोहल्यावर उभे राहण्यासाठी न्यायला येतो, तेव्हा विविध भावभावनांचा संगम अनुभवायला मिळतो. कॅमेऱ्याच्या लखलखाटात सगळ्यांचा आशीर्वाद घेत ती विवाहवेदीवर चढते, तेव्हा त्या खोलीत फक्त तिची आई, मी आणि माझ्या मदतनीस अशाच काय ते उरतो. **त्यावेळेस आईच्या मनाची होणारी उलघाल, डोळ्यात येणाऱ्या आनंदाश्रूंचे मात्र आम्हीच एकमेव साक्षीदार ठरतो. खरेच खूप भावुक करणारे हे क्षण आम्हीसुद्धा पुन्हा जगून आमच्या नवरीला शुभेच्छा देऊन अनुभवलेल्या सुखाच्या आणि विरहाच्या क्षणांचे सोहळे मनात साठवत तिथून समाधानाने बाहेर पडतो.** कधी नवऱ्या मुलीचा मेकअप केल्यावर तिच्या सजलेल्या रूपाकडे आनंदाने, कौतुकाने बघणारे तिचे आईवडील आठवतात, तर कधी आवर्जून जुन्या पिढीशी नाळ जोडत नऊवारी साडी, नाकात नथ, कपाळी ठसठशीत चंद्रकोर लावून सजलेली नवरी आजीपुढे आशीर्वादासाठी नमस्काराला वाकते, तेव्हा तिच्या रूपाकडे स्नेहाळ नजरेने पाहत आज्जीची तिच्या पाठीवर पडणारी थाप आठवते. महाराष्ट्रीयन मुलगी होणाऱ्या बंगाली सासूसमोर बंगाली वधू रूपात जाते, तेव्हा तिच्या पारंपरिक बंगाली वेशात सजलेल्या रूपाला मिळणारी शाबासकी आम्हालाही मिळते आणि मला या व्यवसायातली सार्थकता मिळवून देते.

ग्लोबल मेकअप

खरेच मेकअप करण्याच्या आवडीमुळे मी जो व्यवसाय निवडला, त्यामुळे विविध प्रांतांच्या, जातीच्या, धर्माच्या नववधूंना सजवताना त्यांच्या चालीरितींचा अभ्यास करत, रूढी-परंपरांचा आदर राखत काम करता आले. यामुळे केलेले सुंदर मेकअप मला आनंदाबरोबरच वेगळेच समाधान देऊन गेले.

ब्युटीपार्लरचा व्यवसाय करत असल्यामुळे तसेच मेकअप, कपड्यांच्या विविध फॅशनची आवड असल्यामुळे जिथे जाईन तिथल्या लोकांचे निरीक्षण करण्याचा छंद मला लागला. बरेचदा चित्रपट बघताना माझे लक्ष केसांची रचना, मेकअप याकडेच असायचे. या निरीक्षण करण्यामुळे माझ्या सौंदर्यदृष्टीत भरच पडत गेली. देश-विदेशात फिरताना, स्थानिक लोकांशी बोलताना, त्यांचे पेहराव, दाग-दागिने ह्यांचे निरीक्षण करताना अनेक गोष्टी समजत गेल्या. त्याचा उपयोग माझ्या व्यवसायात होत गेला.

बँकॉकला रस्ता झाडतानाही व्यवस्थित मेकअप करून नीटनेटकी राहून काम करणारी महिला कर्मचारी, विमानतळावरील एअरहोस्टेस, सफाई कर्मचारी महिला, मॉलमध्ये काम करणाऱ्या महिला या प्रत्येकीकडे एक छोटेसे पाउच होते. त्यात त्यांना लागणारे मेकअपचे साहित्य होते. काम करताना थोड्या थोड्या वेळाने या पाउचमधील वस्तू बाहेर काढून आपला मेकअप व्यवस्थित करताना पाहिल्या.

पटायामध्ये रस्त्यावर जागोजागी नेल आर्टचे स्टुडिओ, थाई पद्धतीने पायांचा मसाज, सर्वांगाचा मसाज करणारी पार्लर बघून खूप आश्चर्य वाटले. आपल्या शरीराला, मनाला ताजेतवाने ठेवणारी यांची मसाज पद्धत तसेच कलात्मकतेने हातांच्या नखांना सजवण्याच्या यांच्या पद्धती बघून खूप शिकायला मिळाले.

सिक्कीम, दार्जिलिंगला गेल्यावर अगदी भल्या पहाटे सूर्योदयाचा आविष्कार पाहायला गेल्यावर पर्यटकांना गरमागरम कॉफीचा आस्वाद देण्याचा व्यवसाय करणाऱ्या, व्यवस्थित टापटीप आवरून, ओठांना लिपस्टिक लावून, स्थानिक वेशात काम करणाऱ्या महिला मला खूप भावल्या. अगदी रस्त्यावर मुलांना शाळेत सोडायला आलेल्या आया, रस्त्यावरची भाजीवाली, भाजी खरेदीसाठी आलेल्या महिलासुद्धा व्यवस्थित ड्रेस, त्यावर स्वेटर, चेहऱ्यावर हलकासा मेकअप आणि ओठांना लावलेली लाल चुटूक लिपस्टिक. त्यांच्याकडे बघताना माझे मन अगदी ताजेतवाने होत होते. स्वित्झर्लंडला रस्त्यांवरून फेरफटका मारताना केसांच्या

मेकअपच्या रंगीबेरंगी फॅशन्स बघून खूप मजा वाटली. तिथल्या अगदी जख्ख म्हाताऱ्या आज्जीबाईसुद्धा व्यवस्थित आवरून, मेकअप करून वावरताना दिसल्या. **खरेच स्त्री कुठल्याही वयाची असो, सावळी असो वा गोरी असो, आपल्याला लाभलेल्या नैसर्गिक सौंदर्याची काळजी घेत, जोपासना करत आपल्या व्यक्तिमत्त्वाला हलकासा मेकअपचा टच देत योग्य तो पेहराव करून नीटनेटकी राहत असेल, तर तिच्यामध्ये एक आगळाच आत्मविश्वास दिसून येतो.** अशा व्यक्तीमुळे समाजात, घरात वावरतानासुद्धा वातावरण प्रसन्न राहण्यास, उत्साही राहण्यास मदत होते. चांगले, नीटनेटके राहिल्यामुळे आपले मन आणि शरीरसुद्धा उत्साहाने भारले जाते. याचा सकारात्मक परिणाम आपल्या मनावर आनंदाचे तरंग उठवतात.

आपल्याकडे आत्ता कुठे मेकअपबद्दल आणि एकूणच शारीरिक आरोग्याबद्दल चांगले बदल घडून येत आहेत. **झिरो फिगरपेक्षा उत्तम आरोग्य, ज्ञान, शिक्षण याबरोबर व्यक्तिमत्त्व विकासासाठी आता लोक सजग राहू लागले आहेत.** यामुळेच एकूणच ब्युटीपार्लर क्षेत्राकडे बघण्याचा लोकांचा दृष्टिकोन हळूहळू बदलू लागला आहे.

=◉=

उत्क्रांती मेकअपची

माझ्या व्यवसायाच्या सुरुवातीच्या काळात साधारण १९९४/९५ च्या दरम्यान नववधूला सजवताना ठरावीक स्टाइलनेच सजवले जायचे. मोत्याचे, सोन्याचे दागिने, अंबाड्याचे प्रकार, फ्रेंच रोल, त्यावर गजरे अशा प्रकारे नववधूचा मेकअप होत असे. परंतु, हळूहळू जसजसे ह्या क्षेत्राला ग्लॅमर प्राप्त होऊ लागले, तसतसे मेकअपच्या साधनांत, स्टाइलमध्ये खूप बदल घडून आले. 'इतरांपेक्षा माझा मेकअप वेगळा असला पाहिजे' या भावनेने नववधू अनेक प्रयोगांना स्वीकारू लागल्या. कपड्यांच्या स्टाइलप्रमाणे मेकअप, हेअरस्टाइल यासाठी वापरात येणारे विविध डेकोरेशनचे सामान, केसांना सरळ करण्यासाठी आयर्निंग मशीन, केसांना कुरळे करण्यासाठी लागणारी मशीन्स, हाताने मेकअप करावयाची साधने, एअरब्रश अशी असंख्य साधने उपलब्ध झाली. इंटरनेटच्या प्रसारामुळे आणि अनेकांनी हे माध्यम स्वीकारल्यामुळे मेकअप करण्याच्या पद्धतीत खूप बदल घडून आले.

पूर्वी नववधूला खरे सोन्या-मोत्याचेच दागिने घालत असत. परंतु, आता मेंदी, संगीत अशा वेगवेगळ्या कार्यक्रमासाठी नववधू खऱ्या फुलांचे दागिने, इमिटेशन ज्वेलरी वापरताना दिसू लागल्या आहेत. केसांमध्येसुद्धा गुलाबाच्या पाकळ्यांचे गजरे, तगरीच्या कळ्यांची ताजी वेणी, गुलाबाची, जरबेराची फुले वापरताना दिसू लागल्या आहेत. तसेच हेअरस्टाइल करताना वेगवेगळ्या प्रकारचे तयार हेअरस्टाइलचे विग, हेअर एक्सटेन्शन वापरू लागल्या आहेत.

लग्नाच्या दिवसाप्रमाणेच नववधू आता प्री-वेडिंग शूटसाठी वेगवेगळ्या डिझाइनचे, स्टाइलचे कपडे घेतात. याप्रमाणे मेकअप, हेअरस्टाइलची मागणीही वाढू लागली आहे. लग्नाअगोदर पासूनचे कार्यक्रम म्हणजेच संगीत, मेंदी, कॉकटेल पार्टी, सीमांत पूजन अशा प्रत्येक प्रसंगासाठी मेकअप आणि हेअरस्टाइलमध्ये वेगवेगळे प्रयोग अनुसरून आपल्या खास दिवसांना अधिक ग्लॅमरस दिसण्याने, वेगळेपणा देण्याचा प्रयत्न करत आहे. काही हौशी नववधू चित्रपट अभिनेत्रींच्या लग्नातल्या 'लूक'प्रमाणे लूक करण्याचा आग्रह करताना दिसू लागल्या आहेत. यामुळे सौंदर्यतज्ज्ञांनासुद्धा वेगवेगळे मेकअप, हेअरस्टाइल याबद्दलचे ज्ञान सतत अद्ययावत करावे लागत आहे.

ग्लॅमरस शालीनता

चारुलता या माझ्या एका क्लायंटच्या मुलीचे लग्न ठरले. लग्नाच्या अगोदर त्यांनी कॉकटेल पार्टी ठेवली होती. त्यासाठी मेकअप, हेअरस्टाइल कशी करायची हे त्यांनी पार्लरमध्ये येऊन ठरवले. **प्रत्यक्ष पार्टीच्या दिवशी, ती आणि तिची आई तयार व्हायला पार्लरमध्ये आल्या, तेव्हा मुलगी पार्टीसाठी जो ड्रेस घालणार होती, तो बघून आई एकदम विचारात पडली.** कारण मुलीने आईला तो ड्रेस न दाखवता, स्वतःच खरेदी करून आणला होता आणि अगदी ऐनवेळेस हाच ड्रेस घालणार म्हणून सांगितले. कॉकटेल पार्टी असली तरी एवढा तोकडा ड्रेस घालून नवरी मुलगी सगळ्या पार्टीत मिरवणार म्हणून आईला खूपच टेन्शन आले. **आपण आज आधुनिक कपडे वापरत असलो, तरी आपला सभोवतालचा समाज, आपल्यावर असलेले भारतीय संस्कार यामुळे स्थळकाळाचा विचार करून कपडे निवडायला हवे असे मला वाटते.** एखाद्या समारंभामध्ये जाताना आपल्याकडे बघून लोकांच्या नजरेत प्रश्नचिन्ह निर्माण होईल, असे कपडे घालण्याचे शक्यतो टाळावे. या मुलीने कॉकटेल पार्टी असल्यामुळे अगदीच तोकडा ड्रेस निवडला होता. यामुळे तो ड्रेस बघून लोक काय म्हणतील, ह्या विचाराने आई अगदी रडकुंडीला आली होती. कारण नववधूच्या रूपात ती सासरच्या काही मंडळींना ह्या पार्टीत प्रथमच भेटणार होती. वयाने ज्येष्ठ असलेले नातेवाईक तिथे येणार होते. अशा पाहुण्यांसमोर ते कपडे शोभले नसते. आईला आपल्या मुलीची पहिली ओळख प्रभावीपणे व्हावी असे वाटत होते. त्यामुळे सगळा प्रकार लक्षात घेऊन मी थोडीशी मध्यस्थी करण्याचे ठरवले. नववधूला ही कारणे समजावून सांगितली. समवयस्क लोकांच्या एखाद्या छोट्या कार्यक्रमात ती तिथला रागरंग बघून तो ड्रेस घालू शकते. पण अशा कार्यक्रमात याऐवजी आईने सांगितलेला दुसरा नवीन ड्रेसच तिने घालावा असे मी परोपरीने पटवून दिले. अखेर यश आले आणि आईच्या पसंतीचा ड्रेस घालून या दिवशीचा तो कार्यक्रम व्यवस्थित पार पडला. **खरेच 'देश तसा वेश' ही म्हण किती खरी आहे हे अशा वेळी लक्षात येते. आपली संस्कृती, आपला समाज, मानसिकता आणि काळवेळ ओळखून फॅशन करावी, असे मला वाटते.**

मेकअपमुळे मला विविध फॅशन शो, तसेच आयटी क्षेत्रात काम करणाऱ्या कर्मचाऱ्यांच्या वार्षिक स्नेहसंमेलनाच्या वेळेस आयोजित फॅशन शोचे काम करता आले. अशा वेळी तिथले वातावरण जवळून बघता आले. काही स्त्री पुरुषांनी

करियरबरोबर स्वतःच्या वैयक्तिक आयुष्याचा तोल उत्तम राखलेला जाणवत होता. व्यसनांपासून स्वतःला दूर ठेवले होते. पण काहींना ते जमलेले दिसत नव्हते. **खरे तर आधुनिकतेच्या नावाखाली पुरुषांबरोबर मुली/महिलासुद्धा व्यसनांच्या अधीन होताना दिसतात, तेव्हा खूपच वाईट वाटते. अशा अनेक मुली मी व्यसनांच्या विळख्यात अडकलेल्या बघितल्या. आधुनिकतेचा हा काळा चेहरा पाहून मला खूप त्रास झाला.** यातून आपल्या मानसिक आरोग्याबरोबर आपण आपल्या शारीरिक आरोग्याचेसुद्धा किती नुकसान करतो हे त्यांना समजत नाही याचे वाईट वाटले.

या क्षेत्रात आल्यानंतर पहिला नववधूचा मेकअप केला, तेव्हा मनात झालेली धाकधूक, वेळेत सर्वकाही होईल ना, आपण केलेला मेकअप सर्वांना आवडेल ना? अशा प्रश्नांची माळ आजही कितीतरी मेकअप केले, तरी प्रत्येक वेळेस मनात नव्याने तयार होत असते. माझ्याकडून अगदी वेळेत काम होईल ह्याची मी पहिल्यापासूनच काळजी घेत असल्यामुळे वेळेच्या, कामाच्या बाबतीत माझा क्लायंट वर्ग कायमच खूश होत आला आहे. कधीकधी लवकरचे मुहूर्त असत. अशा वेळी भल्या पहाटे घरातील स्वयंपाक करून, इतर कामे करून वेळेत मंगल कार्यालयात पोहोचण्याची तारेवरची कसरत करावी लागली, तर कधी मुलाच्या महत्त्वाच्या परीक्षांच्या वेळेस कामामुळे घराबाहेर जावे लागले. डिसेंबर महिन्यात कायमच लग्नाचे खूप मुहूर्त असल्यामुळे मुलाच्या प्रत्येक वाढदिवसाला कामावर जावे लागायचे, पण त्याला आईच्या कामाबद्दल लहानपणापासून माहिती आणि आदर असल्यामुळे त्याने कधी नाराजीचा सूर लावला नाही. अर्थात व्यवसाय आणि घर यांचा ताल जपताना मनाची ओढाताण झाली. **परंतु, एकदा व्यवसाय स्वीकारला म्हटल्यावर तडजोड ही आलीच. हे स्वीकारल्यामुळे त्या त्या वेळेस मनाचे संतुलन राखायला सोपे गेले. अर्थात हे सर्व करताना घरातल्यांचे सहकार्य असल्यामुळेच मला माझे काम निर्विघ्नपणे, मन लावून करता आले.** सासूबाईंनी मुलाला सांभाळण्याच्या जबाबदारीत पुढाकार घेतल्यामुळे त्यांच्या भरवशावर मी निर्धास्त होऊन कामात झोकून देऊन काम करू शकले. नवऱ्याने वेळोवेळी हवी ती मदत करत, अगदी भल्या पहाटे उठून लांबलांबच्या कार्यालयात मला सोडणे-आणणे असे काम केल्यामुळेच माझ्या हातून कितीतरी नववधूचे मेकअप अगदी वेळेत यशस्वीपणे पार पडले.

घर आणि व्यवसायची घडी नीट बसवताना माझ्यातल्या उणिवा, माझा स्वभाव, जगरहाटीचे माझे अल्पज्ञान, व्यवहारी जगातल्या खाचखळग्यांनी अनभिज्ञ असलेल्या माझ्या मनातल्या भावनेला जपत, नवऱ्याने वेळोवेळी मला मार्गदर्शन केले. माझा आत्मसन्मान जपत योग्य मार्ग दाखवत गुरूच्या भूमिकेत शिरून सहकार्य करीत मला सावरले, शिकविले. दैनंदिन जीवन जगताना वळोवेळी कित्येक कामात मदत करत,

उत्तम सहचराच्या नात्याचा अर्थ उलगडून दाखवत भक्कम साथ देत, मला आश्वस्त केले. सहजीवनाची गाडी योग्य मार्गावरून धावण्यासाठी नवऱ्याच्या असलेल्या साथीमुळे मी स्वतःला कायम भाग्यवान समजते.

खरेच, आपण घर-संसाराची सांगड घालत व्यवसाय करतो, तेव्हा असे कितीतरी हात आपल्या मदतीला धावून येतात, म्हणूनच आपण आपले ध्येय गाठू शकतो. असे वेळोवेळी मला मदतीचे हात देणाऱ्या माझ्या जिवलगांचे कितीही आभार मानले, तरी ते थोडेच आहे.

जाता जाता

जेव्हा जेव्हा मला वेगवेगळ्या कॉलेजमध्ये काही कार्यक्रमांचे मेकअप करण्यासाठी जाण्याचा योग आला, तेव्हा तेव्हा मला तरुणाईचा उत्साह, जल्लोष नेहमीच सकारात्मक ऊर्जा, आनंद देऊन जात होता हे मी सांगितले आहेच. परंतु, कधीकधी मेकअप करताना मुला-मुलींच्या निस्तेज चेहऱ्याची अवस्था, डोळ्यांखालची काळी वर्तुळे, पिंपल्सनी भरलेले चेहरे दिसायचे. हे बघून मला खरोखर खूप वाईट वाटायचे. ही मंडळी उत्साहाने, ऊर्जेने भरलेली असली, तरी वैयक्तिक स्वच्छता, काळजी घेताना दिसली नाहीत. त्यामुळे त्याचा वाईट परिमाण त्यांच्या त्वचेवर, केसांवर झालेला दिसून येत होता. **मला वाटते खरे तर सर्वांनीच पण तारुण्याच्या उंबरठ्यावर उभ्या असणाऱ्या प्रत्येक मुला-मुलीने तर नक्कीच आपल्या चेहऱ्याची, केसांची काळजी घेणे आवश्यक आहे. शिक्षणाबरोबर आपले व्यक्तिमत्त्वही उठावदार असेल, तर आपल्या यशात नक्कीच भर पडेल. रोजच्या कितीही व्यस्त दिनक्रमातून, तसेच मोबाइलच्या मोहजालातून थोडातरी वेळ प्रत्येकाने आपल्या सुंदर व्यक्तिमत्त्वासाठी आणि शरीर संपदेसाठी आवर्जून राखून ठेवावा.**

क्रीमिनल लॉयर मुग्धा अगदी नियमितपणे सौंदर्योपचार करून घेण्यासाठी पार्लरमध्ये येत असे. हेअरकट करताना तिला प्रत्येक वेळेस वेगळा हेअरकट करावासा वाटे, पण कामाच्या ठिकाणी अगदीच साधे रहावे लागत असल्याचे कारण सांगत ती दरवेळेस फक्त हेअरट्रिम करून जात असे.

कामाच्या ठिकाणी जाताना पोनिटेल किंवा केस बांधून जाण्याचा पर्याय आम्ही तिच्या समोर ठेवला, तरी ती मनातल्या इच्छेकडे दुर्लक्ष करीत फक्त हेअरट्रिम करायची.

कामाच्या वेळे व्यतिरीक्त तू हलकासा मेकअप, केसांची आवडती स्टाइल करत, नीटनेटकी राहात जा, असे कितीतरी वेळा मी तिला सांगितले. पण वकिली व्यवसाय करताना गुन्हेगारी जगातल्या लोकांशी जास्त संबंध येत असल्यामुळे अगदीच साधी रहाणी अनुसरून ती कोर्टाचे कामकाज करत असे आणि तशाच अवतारात समाजात वावरत असे.

आपण आपल्या व्यवसाय, नोकरीचे स्वरूप लक्षात घेऊन आपले व्यक्तिमत्त्व, पेहराव ह्याचा विचार करून, त्याप्रमाणे कामाच्या ठिकाणी वावरत असतो. परंतु,

कधीकधी आपला पेशा किंवा कामाचे स्वरूप आणि वैयक्तिक आयुष्यात नीटनेटके राहण्याची आवड यांचा ताळमेळ साधत, त्याप्रमाणे पेहरावात बदल घडवून आणणेसुद्धा तेवढेच गरजेचे असते. आपले राहणीमान, स्टाइल म्हणजे आपल्या व्यक्तिमत्त्वाचे जणू प्रतिबिंबच असते.

कालाय तस्मै नमः

माझे सर्वांत गोड क्लायंट म्हणजे छोटे बाळ आणि नुकत्याच चालू लागलेल्या छोट्या मुली. ह्या आईबरोबर पार्लरमध्ये येत, तेव्हा त्या खूप घाबरलेल्या असत. आई त्यांना घराच्या बाहेर कुठल्या तरी अनोळखी ठिकाणी घेऊन आली आहे, असे त्यांना वाटायचे. त्यामुळे सुरुवातीला त्यांच्याशी जमवून घेताना माझी अगदी परीक्षा असायची. मग त्यांच्याशी गप्पा मारत, त्यांच्या हातात काहीतरी वस्तू देऊन त्यांना कोणतीही इजा होणार नाही, याची काळजी घेत माझे काम चालायचे. मग जशा जशा या मुली मोठ्या होऊ लागत आणि वारंवार पार्लरमध्ये येत, तेव्हा तर माझ्याशी त्यांची छानच गट्टी जमायची. मग हळूहळू त्या अतिशय आत्मविश्वासाने त्यांच्या हेअरकट संदर्भात बोलायला लागत. मग मात्र मी त्यांच्यापुढे अचंबित होत असे, कारण एवढ्याशा पहिली/दुसरीत जाणाऱ्या मुली मला अशी स्टाइल हवी, पुढचे केस त्या टीव्हीतल्या अमुक जाहिरातीत दाखवणाऱ्या मुलीसारखेच हवे असे सांगत असत. काहींना त्यांच्या मैत्रिणीप्रमाणेच हेअरकट करून हवा असायचा. त्यांच्या कल्पना खरोखरच छान असत. त्यांना आपण कसे दिसावे किंवा आपल्या केसांचा कसा हेअरकट असावा ह्याचे ज्ञान इतक्या लहान वयात होई, हे बघून खूप आश्चर्य वाटे. **पार्लरमध्ये नियमित येऊन-येऊन छोट्या मुलींशी अशी माझी छान गट्टी जमून जायची. त्या मग त्यांच्या शाळेतल्या गमतीजमती अगदी आपलेपणाने सांगत. त्यांचे छोटे-छोटे आनंद माझ्याशी शेअर करत.** मलासुद्धा त्यांच्या छोट्याशा विश्वात रमायला खूप मजा येई. कधीतरी मला माझे बालपण आठवे. आमच्या वेळेस आमचे बाबा आम्हाला जवळच्याच न्हावी काकांच्या दुकानात नेऊन केस कापून आणायचे. तोसुद्धा तेव्हाचा सुप्रसिद्ध साधना कट किंवा ते काका जो करतील तोच आमचा कट. अर्थात आम्हाला विचारले तरी आमच्याकडेसुद्धा साधना कट शिवाय दुसरा पर्याय नसायचा. त्यामुळे निमूटपणे तो कट करून घेऊन आम्ही आपले छान रूपडे आरशात न्याहाळत बसायचो. पण आत्ताच्या पिढीला टीव्ही, चित्रपट यांमुळे मिळालेले हेअरकट बद्दलचे प्रचंड ज्ञान बघून मी मात्र मनात 'कालाय तस्मै नमः' म्हणत त्यांचे कौतुक करायचे.

अशीच एकदा एक छोटीशी स्वरा नेहमीप्रमाणे आईबरोबर हेअरकट करायला आली. तिचे केस अगदी दाट आणि खांद्याच्या खाली वाढले होते. त्यामुळे सकाळी शाळेत जाताना स्वराची खूप धांदल उडत होती. वेण्या घालतानाही ती आईला खूप त्रास देत होती. त्यामुळे तिच्या आईने खांद्यावर येतील इतके केस कापायला सांगितले.

पण मला तिचे इतके छान केस कापायचे जिवावर आले होते. शेवटी हो-नाही करता करता मी तिचे केस जास्त न कापता वेण्या घालायला त्रास होणार नाही, ह्या बेताने कापून दिले. मग तिने मला तिचे पुढचे काही केस कापायला सांगितले. पुढचे केस कापायला तिच्या आईचा आणि माझाही विरोध होता. त्यामुळे तिला परोपरीने समजावत पुढच्या वेळेस ती थोडी मोठी झाली, की तसा हेअरकट करू असे सांगितले. **शेवटी एकदाचे आमचे ऐकून बाईसाहेब थोड्या नाखुशीनेच आईबरोबर घरी गेल्या. पण आश्चर्य म्हणजे परत एक-दोन तासांतच त्या आईबरोबर पुन्हा पार्लरमध्ये हजर झाल्या.** मी विचारले तर तिने घरी जाऊन खूप गोंधळ घातल्याचे तिच्या आईने सांगितले. शिवाय आता अत्यंत नाईलाजाने तिच्या हट्टासाठी पुढचे केसही कापण्यास सांगितले. तिचा एकूण रागरंग बघून मीही काही न बोलता तिला हव्या तशा बटा कापून दिल्या. आपल्याला हवी ती स्टाइल झाल्यावर मात्र ती अत्यंत खूश झाली. तिला आईकडे बघत, हसत हसत घरी जाताना बघून मला मात्र हसावे की रडावे हे कळेना.

आज मैं उपर आसमाँ निचे

आमच्याकडे येणाऱ्या छोट्या-छोट्या मुली, मोठ्या होत जात, तेव्हा प्रत्येक वेळी त्यांना नवीन हेअरकट करून हवा असायचा. त्यामुळे त्यांचे भरपूर वेगवेगळे हेअरकट करून झालेले असायचे. मग दहावीला फेअरवेल पार्टी जवळ आल्यावर त्यांना एखादी छानशी हेअरस्टाइल, थोडा मेकअप करून हवा असायचा. यावेळी त्यांची मागणी आणि त्याचवेळी त्यांच्या आईची होणारी उलघाल यामुळे माझी अगदी द्विधा मनस्थिती व्हायची. आईला वाटत असे की आमच्या वेळेस आम्ही असे काही केले नव्हते. ह्या आजकालच्या मुलींचे काही भलतेच असते. दुसरीकडे मुलींचे मैत्रिणींशी बोलून आधीच प्लॅन ठरलेले असल्यामुळे त्या मला त्यांच्या बाजूला घेऊन आईला समजावून सांगायला सांगत. **अशा वेळेस त्यांना समजून घेत, आईलाही समजावून सांगत, मध्यस्थी करावी लागे. मी जे करेन ते सगळे चांगलेच करणार, असा आईचा माझ्यावर विश्वास असल्यामुळे, मी जे सांगेन त्यासाठी आई परवानगी द्यायची.** पण मलासुद्धा मुलीला काय छान दिसेल, आईला काय आवडेल, आवडणार नाही याचा विचार करावा लागायचा. काही गोष्टी नंतर करू या, काही गोष्टी आत्ता कराव्याच लागतील, असे सांगत दोघींना पटवून देत, मुलीला तयार करावे लागे. मग छान तयार झाल्यावर ती अगदी आनंदात 'आज मैं ऊपर, आसमाँ नीचे' अशा झोकात पार्टीसाठी निघे. अशा वेळी दोघींच्या चेहऱ्यावरचा आनंद हीच माझ्या कामाची खरी पावती असे.

माझ्याकडे येणाऱ्या मुलींना कधीकधी त्यांच्या मैत्रिणींनी केलेले हेअरकट किंवा इतर ब्युटी ट्रीटमेंट्स बघून अगदी तशाच पद्धतीचे सर्वकाही करायचे असते. परंतु, काही वेळेस त्या ट्रीटमेंट्स त्यांच्या वयाला आणि त्वचेला त्रासदायक ठरू शकतात. अशा वेळेस त्यांना योग्य मार्गदर्शन करून त्यांच्यासाठी चांगले काय आहे, आपल्या नैसर्गिक सौंदर्याला हानी न पोहचवता कोणता हेअरकट किंवा कुठल्या गोष्टी जास्त ट्रेंडी आहेत हे त्यांना पटवून देताना माझी कसोटी लागत असे.

अशा प्रत्येक वेळेस वेगवेगळ्या मुली येत, पण तोच जोश, तोच उत्साह फक्त पिढी दर पिढी काय काय बदल घडतात ते असे जवळून अनुभवण्याची मजा मला कायम वारंवार मिळायची. नवीन फॅशन, नवीन ट्रेंड्स ह्यांचे वाढलेले अफाट जग बघून मीसुद्धा स्वतःला अपडेट ठेवत गेले आणि **मला अपडेट ठेवण्यासाठी माझ्या ह्या सर्व छोट्या मैत्रिणींनी मला मोठी मदत केली. नव्हे, त्यांच्याचमुळे मला स्वतःला नेहमीच काहीतरी नवनवीन गोष्टी शिकण्याचे बळ मिळत राहिले, असे म्हणता येईल.**

आरोग्य केसांचे

जन्मतः मिळालेल्या नैसर्गिक केसांचा रंग, पोत, लांबी, केसांचा दाटपणा प्रत्येकाचा वेगळा असतो. कुणाच्या केसांचा रंग अगदी गर्द काळा, कुणाचा करडा, थोडासा तपकिरी, तर कुणाचा सोनेरी तपकिरी. बाल वयात आपल्या घरातील मोठ्या व्यक्ती म्हणजे आई-आज्जी नेहमी आपल्या केसांना वेळच्या वेळी तेल लावतात, त्यांची नीट निगा राखतात, काळजी घेतात. **तरुणपणात आपण केसांच्या अनेक स्टाइल करून व्यक्तिमत्त्वात नावीन्य आणतो. परंतु, जस जसे आपण मोठे होत जातो, आपले वय वाढत जाते, तस तसे आपल्या खाण्याच्या सवयी, काळजी घेण्याच्या सवयीत बदल घडत जातात. याचा केसांवर दुष्परिणाम होतो.** आजकाल केस विविध रंगांत रंगवण्याची फॅशन आली आहे. तसेच कुरळे केस सरळ करून घेणे, तर कधी सरळ केसांचे कुरळे करून घेणे, यात योग्य काळजी घेतली गेली नाही, तर केसांच्या मुळांची कधी केमिकल्सच्या अतिरेकामुळे, तर कधी उपकरणांच्या उष्णतेमुळे हानी होते. त्यामुळे केसांचे आरोग्य बिघडते. पर्यायाने केस गळणे, लवकर पांढरे होणे, अशा समस्यांना सामोरे जावे लागते. आपल्याला मिळालेला केसांचा नैसर्गिक रंग परत मिळत नाही. त्यामुळे शक्यतो कुठलीही स्टाइल करताना, केसांची जास्त हानी होणार नाही, ह्याची काळजी घ्यावी. तसेच अशा प्रकारचे रासायनिक उपचार जास्त वेळा करू नयेत.

केसांचा नैसर्गिक रंग वय किंवा इतर कारणांमुळे जाऊन पांढऱ्या केसांचे साम्राज्य तयार होऊ लागते, तेव्हा आपल्याला चारचौघात वावरताना नक्कीच खूप अवघडल्यासारखे वाटते. तसेच सौंदर्याच्या मापदंडात ह्या गोष्टी बसत नसल्यामुळे संकोच वाटायला लागतो, तेव्हा नकळत आपली पावले केस रंगवून घेण्यासाठी पार्लरकडे वळतात. माझ्याकडे अगदी तरुण वयात चार-पाच केस पांढरे झालेल्या तरुणी येत, तेव्हा मी त्यांच्या फक्त पांढऱ्या केसांवर आयुर्वेदिक मेंदी लावायचे. या मेंदीमध्ये आवळा, कोरफड, जास्वंद पावडर अशा औषधी वनस्पती असत. मी ही मेंदी फक्त पांढऱ्या केसांना लावत असे, जेणेकरून त्यांच्या इतर केसांचा रंग अबाधित राहायचा. इथे मला सर्व मैत्रिणींना एक सांगायचे आहे - काही मैत्रिणी थोडेसे केस पांढरे झालेले दिसले, की घरच्या घरीच सर्वच केसांना मेंदी लावतात. त्यामुळे त्यांच्या काळ्या नैसर्गिक रंगाच्या केसांवरही मेंदीच्या रंगाचा थर तयार होत जातो. अशी खूप वेळा सर्व केसांवर मेंदी लावून होते, तेव्हा काही दिवसांनी सगळेच्या सगळे केस केशरी रंगात

चमकायला लागतात. परंतु, अशा रंगाचे केस तुमच्या व्यक्तिमत्त्वात बाधा आणतात. **घरच्या घरी जरी तुम्ही मेंदी लावत असाल, तरी शक्यतो जेवढे केस पांढरे झालेले आहेत, त्यांनाच मेंदी लावा.** ज्यांचे मेंदीच्या रंगामुळे सगळेच केस केशरी रंगाचे दिसत असतील, तर अशांनी केशरी रंग असलेल्या केसांवर एकदा सगळीकडून व्यवस्थित वॉटरबेस म्हणजे पाण्यात मिसळून लावण्याचे जे डाय आहेत, त्याचा प्रयोग करावा. नंतर त्यांनी फक्त रूट टचअप म्हणजे पांढऱ्या केसांच्या मुळाच्या भागात मेंदीचा वापर केला तरी चालेल. यामुळे त्यांचा डायचा वापर कमी प्रमाणात होऊन ॲलर्जी किंवा काही त्रास होत असेल, तर त्यापासूनही काळजी घेता येईल.

पार्लरमध्ये वेगवेगळ्या कंपन्यांचे आणि वेगवेगळ्या रंगाचे पर्याय घेऊन क्लायंट येत, तेव्हा अनेक गमती जमती घडत. काही अति चिकित्सक अगदी तेच तेच प्रश्न सतत विचारून भंडावून सोडत. खरे तर आमच्याकडे केस रंगवण्याचे अनेक पर्याय उपलब्ध असायचे. काही क्लायंटला त्यांच्या इच्छेनुसार आमच्याकडचे रंग वापरता येत किंवा काही त्यांच्या आवडीप्रमाणे, बजेटप्रमाणे किंवा विशिष्ट प्रकारच्याच कंपनीचे रंग घेऊन येऊन लावून घेत.

एकूणच केसांना रंग देताना आरोग्य आणि सौंदर्याच्या दृष्टीने काही गोष्टी लक्षात ठेवून योग्य ती काळजी घेणे खूप गरजेचे आहे.

१. केसांना रंग लावण्यापूर्वी पॅच चाचणी करणे आवश्यक आहे. त्यामुळे रंगाचा तुमच्या त्वचेवर आणि केसांवर होणारा परिणाम कसा आहे हे कळून येते. ही चाचणी तुम्ही घरी करणार असाल, तर कानाच्या मागच्या बाजूस थोडा रंग लावून तो पंधरा ते वीस मिनिटे ठेवून नंतर धुऊन टाकावा. त्याठिकाणी तुम्हाला इरिटेशन किंवा कुठल्याही प्रकारची ॲलर्जी आढळली, तर त्या कंपनीचा रंग वापरणे टाळा किंवा डॉक्टरांचा सल्ला घ्या. त्यातील रसायने तुम्हाला अपारकारक असतील, तर ते टाळून दुसरा कुठला रंग वापरता येईल हे ठरवा.

२. रंगाच्या पाकिटावर लिहिलेली मुदत किंवा एक्सपायरी डेट बघून पाकीट वापरावे. बरेच वेळा खूप आधी वापरलेला डाय घरात तसाच पडून असतो. तो वाया जाऊ नये, म्हणून बरेच जण तो अर्धा किंवा उरलेला डाय केसांना लावतात. परंतु, मुदत संपली असेल तर त्याचा योग्य तो परिणाम आपल्याला मिळत नाही.

३. आपल्या डोक्याच्या त्वचेला काही जखम किंवा काही लागले असल्यास तसे तुम्ही रंग लावताना सांगा, म्हणजे रंग लावणारे ती जागा टाळून रंग लावतील किंवा जखम पूर्ण बरी झाल्याशिवाय रंग लावू नका.

४. केसांना रंग लावण्याआधी केस स्वच्छ धुतलेले असावेत. काही जणी केसांना रोज तेल लावतात किंवा तेल लावलेले नसले तरी केस धुऊन चार/पाच दिवस झाले

असतील, तर केस तेलकट होतात. त्यामुळे आधी केस व्यवस्थित धुऊनच डाय करावा.

५. केसांना रंग लावल्यानंतर व्यवस्थित शाम्पू करून डोक्याची त्वचा स्वच्छ करून केसांवर चांगल्या कंडिशनरचा वापर करावा. कंडिशनर केसांच्या मुळांना न लावता फक्त केसांवर त्याचा वापर करावा. थोडा वेळ केसांवर कंडिशनर ठेवून नंतर थंड पाण्याने धुऊन टाकावा.

६. केस धुतल्यानंतर टॉवेलने हलक्या हाताने पुसून केसांमधील पाणी टिपून घ्या. ड्रायरचा वापर शक्यतो टाळा. ड्रायरमुळे केसांमधील कंडिशनरचा परिणाम जाऊ शकतो आणि केस जास्त कोरडे होतात.

७. बरेच जण केसांना रंग लावल्यावर शाम्पू करण्याचे टाळतात. त्यांना शाम्पू केल्यावर रंग जाण्याची भीती वाटत असते. परंतु, शाम्पू न केल्यामुळे डोक्याच्या त्वचेवर रंगाच्या कणांचा बारीक थर साठून राहतो. त्यामुळे केसांच्या मुळांना इजा होण्याची शक्यता असते. त्यामुळे केसांना रंग लावण्या आधी व नंतर केस व्यवस्थित शाम्पूने धुणे गरजेचे असते.

८. आजकाल लाल, हिरवे, निळे, गोल्डन असे वेगवेगळे रंग लावण्याची फॅशन तरुणाईत प्रचंड लोकप्रिय ठरत आहे. परंतु, हे करताना आपल्या केसांचा पोत आणि आपले व्यक्तिमत्त्व ह्याला साजेशा रंगाची निवड करावी. रंग वापरताना शक्यतो मुळांपासून एक ते दीड इंच केस सोडून मग लावावा. जेणेकरून मुळांवर रंगांमधील रासायनिक घटकांचा परिणाम होणार नाही.

९. रंग किंवा मेंदीचा वापर आपण केस रंगवण्यासाठी करत असाल, तर केसांना आठवड्यातून दोनदा किंवा अगदीच जमत नसेल तर किमान एकदा तरी तेलाने मसाज करावा. तसेच, ज्यांना तेल लावायला आवडत नाही, त्यांच्यासाठी 'हेअर स्पा'चा पर्याय उत्तम आहे. बाजारात 'हेअर स्पा'च्या क्रीमसुद्धा मिळतात. घरच्या घरी त्यांचा वापर करून केसांमधील आर्द्रता तसेच, केसांचा पोत उत्तम ठेवण्यासाठी मदत होते.

किमया रंगांची

मी पहिल्यांदा परदेश प्रवास केला तो थायलंड देशात. तिथे गेल्यावर जागोजागी असणारी नेल आर्टची पार्लर बघून तर मी आश्चर्यचकित झाले होते. तोपर्यंत आपल्याकडे नेल आर्टची एवढी फॅशन आली नव्हती. छोट्याशा नखांवर वेगवेगळ्या रंगाची, विविधतेने, कलात्मकतेने सुंदर डिझाइन चितारण्याची त्यांची किमया बघून तर मी वेडीच झाले. कालांतराने आपल्याकडेसुद्धा मॉलमध्ये नेल आर्टची पार्लर उघडलेली दिसू लागली. तिथून येताना मी खूप वेगवेगळ्या रंगाच्या नेल पेंट्स खरेदी केलेल्या आजही मला आठवतात. **ब्युटीपार्लरचा व्यवसाय करताना माझ्या नखांच्या वेगवेगळ्या रंगाच्या नेल पेंट्स बघून माझे कित्येक क्लायंट्स त्याच रंगाच्या नेल पेंट्स लावून देण्याचा आग्रह करीत. 'आम्ही असे रंग कधीच वापरले नाहीत, परंतु तुझ्या नखांचे नेल पेंट्स बघून आम्हालासुद्धा हाता-पायाची नखे छान ठेवावीत' असे वाटू लागल्याचे त्या आवर्जून सांगत.** त्याप्रमाणे हाता-पायांच्या नखांची काळजी घेत. वेगवेगळ्या रंगाचे नेल पेंट लावण्याचे प्रयोग करत.

खरोखर रंगांची ही किमया मला कायमच भुरळ घालत असते. प्रत्येक मूडप्रमाणे तर कधी कपड्यांची रंगसंगती साधत, विविध रंगांच्या नेल पेंट्सच्या रंगात मीही रंगून जात असे. **माझ्या शाळेत जाणाऱ्या छोट्या छोट्या क्लायंट्सना शाळेमुळे नेल पेंट लावायला मिळत नसे. परंतु, शाळेला सुट्टी लागली, की त्या आवर्जून पार्लरमध्ये येऊन त्यांच्या आवडीचे नेल पेंट लावून घेऊन** (जे त्यांनी माझ्या नखांना लावलेले पाहिलेले असायचे, तो रंग लक्षात ठेवून) खूप आनंदाने जात. अशा कितीतरी नेल पेंट वेड्या छोट्या छोट्या मुलींशी माझी दोस्ती झाली. त्यांच्या भावविश्वात रमताना त्यांच्या निरागस मनाशी माझी जमलेली गट्टी आजही तशीच कायम आहे.

बालपणीचा काळ सुखाचा

कॉलेजमध्ये असताना इमामी क्रीम आणि पावडर एवढेच काय ते सौंदर्य प्रसाधनासाठी मी वापरत असे. आरशासमोर उभे राहून चेहऱ्याला व्यवस्थित क्रीम आणि पावडर लावून तयार होताना आईने चेहऱ्याबरोबरच मानेलासुद्धा व्यवस्थित क्रीम आणि पावडर लावली गेली पाहिजे हे शिकविले. चेहऱ्याबरोबरच मानेचे सौंदर्य आपल्या व्यक्तिमत्त्वात महत्त्वाचे असल्याची जाणीव आई नेहमी करून देत असे. नंतर व्यवसाय करताना मान, गळ्याची स्वच्छता आणि सौंदर्य जपण्याच्या टिप्स क्लायंटला देताना मला आईच्या ह्या शिकवणीची कायम आठवण होत असे. अशा छोट्या छोट्या गोष्टी आत्मसात करत, माझे नकळत सौंदर्यशास्त्राचे धडे गिरवणे सुरू होते. **मला या विषयातले नवीन काहीतरी शिकायला मिळायचे, तेव्हा ते मी खूप आवडीने शिकत असे. पुढे हेच माझे कार्यक्षेत्र असेल ह्याचा विचार तेव्हा मनात कधीच आला नव्हता.**

माझे बालपण नगर जिल्ह्यातील श्रीरामपूर ह्या गावी गेले. गुळ-साखरेची भरभराटीची नावाजलेली बाजारपेठ, साईबाबांची तपोभूमी असे श्रीरामपूरचे वर्णन करताना ज्यांनी हे गाव वसवले ते माझे खापर पणजोबा गंगारामबाबा नरसू डावखर (शिंदे) ह्यांचा उल्लेख करताना मन आनंदाने, अभिमानाने भरून येते.

गंगारामबाबांनी श्रीरामपूर शहराच्या वसाहतीची पहिली वास्तू बांधली. रस्ता ठेकेदारीचे काम करतानाच तांदळाचा व्यवसाय करीत श्रीरामपूर बाजारपेठेच्या व्यापाराची मुहूर्तमेढ रोवली. त्यांच्या नंतर त्यांच्या मुलाने माणसातले माणूसपण जपत श्रीरामपूर शहराचा विकास घडवीला. त्यामुळेच श्रीरामपूर वसू शकले. खऱ्या अर्थाने त्यांना श्रीरामपूर शहराचे व्यवस्थापकच म्हणावे लागेल. अशा नावाजलेल्या घराण्यातली मुलगी म्हणजेच माझी आई उत्तमादेवी डावखर होय. आईच्या तोंडून पूर्वजांच्या गोष्टी ऐकताना मन नेहमीच अचंबित व्हायचे.

तालुक्याचे ठिकाण असलेल्या माझ्या गावात मराठी-इंग्रजी माध्यमाच्या शाळा, कॉलेज, दोन मजली भव्य वाचनालय, मोठ मोठी अद्ययावत हॉस्पिटल, क्रिडांगणे, पोहण्याचा तलाव, सिनेमागृह अशा अनेक सुविधा उपलब्ध होत्या. सुशिक्षित आई-वडीलांच्या छायेत बालपण खूप मजेत, छान गेले. दोघांनाही वाचनाची प्रचंड आवड असल्याने आमच्या घरात पुस्तकांची खूप रेलचेल असायची. त्यामुळेच आम्हा भावंडांत वाचनाची आवड रुजली.

आई कलाप्रेमी असल्यामुळे शाळा, कॉलेजच्या मे महिन्याच्या सुट्टीत ती आम्हांला वेगवेगळ्या कला शिकण्यासाठी कोर्सेस करायला लावायची. तिला विनाकारण वेळ वाया घालवलेला अजिबात आवडत नसे. त्यामुळे मला मेहंदी, सिरॅमिक पॉटरी, भरतकाम, विणकाम, इकेबाना, म्युरल पेंटिंग असे नानाविध कला प्रकार आत्मसात करता आले.

कलासक्त, कलाप्रेमी आई-वडील असल्याने श्रीरामपूरसारख्या तालुक्याच्या गावात येणारे विविध नाटक, सिनेमे, गायकांच्या मैफिलींचा आस्वाद घेता आला.

वडिलांचे शिक्षण पुण्यातच झाले होते, त्यांचा पेशा वकिलीचा असला, तरी ते अत्यंत आध्यात्मिक प्रवृत्तीचे होते. मला आठवतेय, वर्षातून पंधरा दिवस ते पवनार, वर्ध्याला विनोबा भावेंच्या आश्रमात आवर्जून जात. त्यांना विनोबाजींचे सान्निध्य खूप जवळून अनुभवायला मिळाले. वडील रोज सकाळी त्यांच्या गोड आवाजात गिताई म्हणत. आम्हाला भगवद्गीता, रामरक्षा, अथर्वशीर्ष, गणपती स्तोत्र शिकवत.

स्वतःचा वकिली व्यवसाय करताना वडिलांनी अनेक सामाजिक कार्यात सेवाभावी वृत्तीने काम केले. श्रीरामपूर शहरातील गोरगरीबांच्या निवाऱ्यासाठी हडको योजनेचा पाठ पुरावा करत त्यासाठी मोठे योगदान दिले, तसेच सेवा निवृत्त व अन्य वृद्धांचे संघटन करून त्यांचे उर्वरित आयुष्य सुखकर करण्यासाठी अनेक उपक्रम राबविले. आयुष्यभर माणुसकी धर्माला जागत सदविवेक बुद्धीने सदाचरण ठेवून वकिली व्यवसाय केला. आजही त्यांना ओळखणारे जुने जाणते लोक आम्हांला भेटल्यावर त्यांच्याबद्दल चांगले उद्‍गार काढतात. ॲड. विठ्ठलराव जोंधळे अत्यंत पापभीरू, कायम गोरगरिबांचा कैवार घेत वकिली करणारे असे म्हणत त्यांच्याबद्दलचा आदर व्यक्त करतात, तेव्हा वडिलांबद्दलच्या अभिमानाने मनात आनंदाचे तरंग उमटतात. आजही वडिलांकडून वकिली करतानाचे त्यांनी लढविलेल्या, नावाजलेल्या खटल्यांच्या गोष्टी ऐकताना मन भारावून जाते, त्यांच्याबद्दलचा आदरभाव दुणावत राहातो.

आई-वडिलांनी आम्हाला आमच्या इच्छेनुसार जे जे शिकायचे असेल ते शिकण्यासाठी, करण्यासाठी स्वातंत्र्य देत प्रोत्साहन दिले. त्यामुळेच आमचे व्यक्तिमत्त्व छान घडले. मला आठवतेय, लग्न होऊन मी पुण्यात आले, तेव्हा लोकांना मी नगर भागातून आले आहे, ह्यावर विश्वासच बसत नव्हता. माझे शिक्षण, मला अवगत असलेल्या विविध कला, बोलाचालीची पद्धत ह्यावरून त्यांना मी तालुक्याच्या ठिकाणांहून आलेली आहे हे ऐकून आश्चर्य वाटायचे. आम्हा मुलांच्या शिक्षणासाठी, आमचे व्यक्तिमत्त्व चहूबाजूंनी बहरावे यासाठी आई-वडिलांनी मेहनत घेत आमच्यावर सतत चांगले संस्कार केले. त्यांच्या मार्गदर्शनामुळेच माझ्या व्यक्तिमत्त्वाला चांगला आकार आला. सभा धीटपणा येण्यासाठी वडील आम्हा भावंडांना वेगवेगळ्या वक्तृत्व

स्पर्धेत भाग घ्यायला लावायचे, यामुळे व्यवसाय करताना माझे म्हणणे लोकांपर्यंत पोहोचवताना मला कधीच अडचण आली नाही. वाचनाच्या सवयींमुळे जगातल्या घडामोडींचे अद्ययावत ज्ञान सतत मिळत राहिल्याने कुणाशीही संवाद साधताना मी मोकळेपणाने अभ्यासपूर्वक संभाषण करू शकले.

खरेच, लहाणपणापासूनच आपल्या व्यक्तिमत्त्व विकासाची सुरुवात होत असते आणि ती चांगल्या प्रकारे झाली नाही, तर कुठल्याही विद्यापीठाची मोठी पदवी मिळाली, तरी एक समृद्ध आयुष्य जगायला ती अपुरीच पडते.

आयुष्यात चांगल्या कुळात जन्म लाभला. सुशिक्षित आई-वडिलांच्या छायेत चांगल्या संस्कारात, योग्य मार्गदर्शनाखाली बालपणीचा काळ खूप सुखात गेला. ह्यासाठी परमेश्वराचे कितीही आभार मानले तरी ते थोडेच आहेत.

विस्तार व्यवसायाचा

सुरुवातीला व्यवसाय करताना माझी खूप धांदल उडत असे. नवीनच व्यवसाय आणि तोही घरातून सुरू केल्यामुळे मी तेव्हा मदतनीस ठेवली नव्हती. त्यामुळे सगळी कामे मलाच करावी लागत. केस कापण्यापासून ते जमिनीवर पडलेले केस साफ करणे, वॅक्सिंग करणे, फेशियल करणे, यामुळे मला खूप दमायला होत असे. परंतु, **केसांचा छान हेअरकट करून दिला की लगेच क्लायंट त्याबद्दल खूश होऊन हेअरकट आवडल्याचे सांगत, तेव्हा आपण करून दिलेल्या कामामुळे एखाद्या व्यक्तिच्या दिसण्यात, व्यक्तिमत्त्वात पडलेला फरक बघून ज्याला आपण क्रिएटिव्ह किंवा सर्जनशील काम म्हणतो, त्याचा आनंद मिळे.** फेशियल केल्यावर क्लायंट मसाजच्या स्ट्रोकचे भरभरून कौतुक करत, खूप आराम वाटल्याचे सांगत. त्यामुळे आपण केलेले काम लोकांना आवडत असल्याचे पाहून माझा उत्साह वाढायला लागला. हळूहळू व्यवसायात जम बसवत मी माझे ज्ञान अद्ययावत करण्यासाठी सेमिनारला उपस्थित राहत गेले. नंतर व्यवसाय वाढत गेल्यामुळे जागा अपुरी पडू लागली. घरासमोरच भाडेतत्त्वावर जागा मिळाल्यामुळे त्या जागेत व्यवसाय स्थलांतरित केला. आता मला मदतनीस मुलीची गरज भासल्याने मी एका मदतनीस मुलीच्या साहाय्याने माझा व्यवसाय सांभाळू लागले. हा व्यवसाय मी माझ्या आवडीने निवडला होता. माझ्या छंदाचे रूपांतर मी व्यवसायात केले होते. **खरे तर लहानपणापासून मी खूप काही महत्त्वाकांक्षी नव्हते. जसे जसे आयुष्य समोर आले, त्याप्रमाणे मी आनंदाने, त्या त्या सहजतेने जगत गेले.**

हा व्यवसाय निवडताना ह्यात खूप मोठे नाव कमवावे किंवा खूप जगावेगळे काहीतरी करून दाखवावे असे माझे कधी ध्येय नव्हते. शिक्षण, लग्न आणि त्यानंतर स्वतःच्या पायावर उभे राहण्यासाठी, आर्थिक स्वातंत्र्य मिळवण्यासाठी स्वतःचे काहीतरी अस्तित्व असावे एवढाच विचार फक्त त्यावेळी मनात होता. घर आणि व्यवसायाचा ताळमेळ साधत मिळालेल्या आर्थिक स्वातंत्र्याचा, आपण आपल्या पायावर उभे राहून काहीतरी सर्जनशील काम करतोय याचाच आनंद, समाधान मला यातून मिळत होते. दोन वर्षे भाडेतत्त्वावर घेतलेल्या जागेत व्यवसाय करून नंतर स्वतःची जागा घेऊन व्यवसाय त्या जागेत स्थलांतरित करताना अर्थातच खूप आनंद आणि कृतार्थता होती. मला माझे घर-परिवार, छंद जपत व्यवसाय करायचा आहे हे लक्षात ठेवून व्यवसायाचा व्याप खूप विस्तारण्याच्या भानगडीत न पडता, खूप मोठी जागा न घेता, मला झेपेल इतकाच व्यवसाय करणार हे मात्र माझ्या मनाशी पक्के होते. म्हणूनच हे सर्व लक्षात ठेवून घराजवळच स्वतःची जागा घेतली.

सुरुवातीला मी सकाळी दहा ते एक आणि दुपारी तीन ते सहा एवढा वेळ पार्लर चालवत असे. दुपारी थोडा वेळ घरी येऊन मुलाकडे बघत असे. **आजही मला आठवते की तेव्हा दुपारी एक वाजता मुलगा शाळेतून घरी यायचा. तो आणि मी आम्ही दोघेजण टीव्हीसमोर बसून त्याचे आवडते कार्टून बघायचो. मग त्याचे जेवण होत असे. तो 'रोड रनर' नावाची मालिका पाहायचा. मग त्यानंतर त्याच्याशी थोडा वेळ खेळून त्याला झोपवून मग मी पुन्हा पार्लरमध्ये जायचे. आजही मुलाला आम्ही दोघांनी ती मालिका बघत घालवलेले ते क्षण आणि तेव्हाचा तो दिनक्रम आठवतो.** अर्थात मलासुद्धा त्याच्या वयाच्या प्रत्येक टप्प्यात, छोट्या छोट्या आनंदात सहभागी झालेले आणि त्याच्याबरोबर घालवलेले असंख्य क्षण आजही चेहऱ्यावर आनंद पसरवून जातात. काळ आणि वेळ कोणासाठी थांबत नाही. परंतु, त्या त्या वेळी घालवलेला तुमचा प्रत्येक आनंदी क्षण तुम्हाला आठवतो, तेव्हा जणू काही हा क्षण आपण आत्ताच तर अनुभवला आहे, अशी सुखद लहर मनात निर्माण होते. अर्थात प्रत्येकाच्या आनंद लहरी वेगवेगळ्या असू शकतात.

एकूणच सुरुवातीला माझ्यासाठी घर आणि मुलगा ह्याच गोष्टी प्राधान्याने जास्त महत्त्वाच्या असल्यामुळे मी व्यवसाय ठरावीक वेळेतच करत होते. नंतर वाढत्या कामामुळे दोन्ही वेळच्या दोन असिस्टंट आता माझ्याबरोबर मदतीला काम करत असत. मग मी ठरावीक ब्युटी ट्रीटमेंट्सवर लक्ष केंद्रित करून त्यात प्रावीण्य मिळविण्याचे काम सुरू केले. मेकअप, हेअरकट, फेशियल्स ह्यात नवनवीन प्रयोग केल्यामुळे माझ्याकडे क्लायंटचा ओघ वाढू लागला. तसेच ब्युटीपार्लरचे विविध कोर्सेस सुरू केल्यामुळे विद्यार्थिनींची संख्यासुद्धा वाढू लागली. मन लावून प्रामाणिकपणे करत असलेला व्यवसाय आणि घराकडे देत असलेले व्यवस्थित लक्ष, पाहून घरातील वडीलधारी मंडळीसुद्धा माझ्या बाबतीत निश्चिंत झाली होती. विद्यार्थिनी आणि क्लायंटच्या वाढत्या ओघामुळे दुपारच्या वेळेत घरी न जाता पार्लरची वेळ दहा ते सहा करून मी आता पार्लरमध्येच पूर्ण वेळ थांबू लागले. माझ्या असिस्टंटची संख्यासुद्धा दोनावरून चार झाली. मुलगासुद्धा बऱ्यापैकी मोठा झाल्यामुळे तसेच त्याच्या शाळेची वेळसुद्धा तीन वाजेपर्यंत झाल्यामुळे मला आता व्यवसायात थोडे जास्त लक्ष देता येत होते. **घरातील सर्वांना ह्या व्यवसायाविषयी अंदाज आल्यामुळे मला सगळ्यांकडून सहकार्य मिळत असे. विशेषतः सणवार असतील, तेव्हा पार्लरमध्ये खूप महिलांची गर्दी व्हायची. अशा वेळेस मला जास्त वेळ थांबून काम करावे लागत असे. त्या वेळेस सणामुळे घरीही जास्त कामे असायची. पण सासूबाईंनी मुलाकडे विशेष लक्ष देऊन आणि घराची जबाबदारी घेऊन मला आश्वस्त केल्यामुळे मी निर्धास्तपणे काम करू शकले.**

माझ्या सासूबाई शारदा खैरेपाटील यांना मी लग्न झाल्यावर घरात न बसता

काहीतरी करावे, स्वतःच्या पायावर उभे राहावे असे खूप वाटत असल्यामुळे मला त्यांचे मोठे सहकार्य वेळोवेळी मिळाले. खंबीर व्यक्तिमत्त्वाच्या, करारी पण मनातून खूप प्रेमळ असणाऱ्या माझ्या सासूबाई आपण आयुष्यात नोकरी किंवा काही व्यवसाय न केल्याचे शल्य कायम माझ्याकडे बोलून दाखवत. पाककौशल्यात निपुण असणाऱ्या, मुलांवर करड्या शिस्तीचा बडगा उगारणाऱ्या, दोन्ही मुलगेच असल्यामुळे कधीकधी माझ्याबरोबरही अति कठोरपणे वागणाऱ्या, परंतु मी काढलेल्या रांगोळीचे, पाककौशल्याचे भरभरून कौतुक करणाऱ्या अशा माझ्या सासूबाईंबरोबर माझे नाते दिवसागणिक बहरत, दृढ होत गेले. बाहेरून फणसासारख्या काटेरी वाटणाऱ्या पण मनाने प्रेमळ, गोड फणसाच्या गऱ्यासारख्या त्यांच्या स्वभावाचा अनुभव जेव्हा मला मिळू लागला, तेव्हा त्यांच्याबद्दलच्या सगळ्या गैरसमजुती गळून पडत त्यांच्याबद्दल मनात आदरयुक्त भाव निर्माण झाला. मुलांना सतत पुढे जाण्यासाठी प्रोत्साहन देऊन खडतर परिस्थितीवर मात करत घर-संसाराचा डोलारा यशस्वीपणे पुढे नेणाऱ्या माझ्या सासूबाईंचा खंबीर, करारी स्वभाव मला नेहमी प्रोत्साहित करायचा. कोरी पाटी घेऊन संसारात पदार्पण करताना मला संसारातल्या, पाककलेतल्या अनेक गोष्टींचे ज्ञान, मार्गदर्शन वेळोवेळी सासूबाईंनी केले. खरे तर सासू-सुनेच्या नात्यावर नेहमींच उलट-सुलट चर्चा होत असते; परंतु जेव्हा घरात नव्याने दाखल होणाऱ्या सुनेला समजून घेत वेळोवेळी तिला धीर देत आपलेसे करीत सासूबाईंनी मार्गदर्शन केले, की सासू-सुनेच्या नात्याची विण सुंदर विणली जाऊन कुटुंब सुखी, आनंदी, हसते-खेळते राहाते.

संसाराच्या गणितात नात्यांची बेरीज करताना प्रेम विश्वास आदराने परस्परांना समजून घेत गैरसमज, अविश्वासाची वजाबाकी करीत समस्या, अडथळ्यांचा भागाकार केला, की आयुष्यात आनंद, सुखा समाधानाचे उत्तर मिळत राहाते. अर्थात त्यासाठी घरातील सर्वच मंडळीचा सहभाग आणि सहकार्य महत्वाचे आहे. **चाळीस वेळा रक्तदान करणाऱ्या, गरजूंच्या मदतीला धावून जाणाऱ्या माझ्या सासुबाईनी मरणोत्तर नेत्रदान करीत समाजापुढे आदर्श निर्माण केला.** त्यांच्या खंबीर साथीची, मार्गदर्शनाची कमतरता त्या गेल्यावर मला सतत जाणवते. उत्साही, बोलक्या स्वभावाच्या सासुबाईनची मला कायम घर-संसारात, व्यवसायात चांगली साथ मिळाली. त्यांच्या सहकार्यामुळेच मला व्यवसाय करणे सोपे गेले. माझा मुलगा बालवर्गात असताना एकदा मला फॅशन शोच्या मेकअपची संधी मिळाली. फॅशन शो पुण्याच्या बाहेर होणार होता आणि मला त्यासाठी दोन-तीन दिवस बाहेर गावी जावे लागणार होते. नेमका त्याच दरम्यान सासूबाईंना संधिवाताचा त्रास होऊ लागल्यामुळे त्यांना बेडरेस्ट सांगितली. परंतु, 'आलेल्या चांगल्या संधीचा तू उपयोग करून घे' असे सांगून घर आणि मुलाकडे आम्ही व्यवस्थित बघू, तू जरूर तुझ्या आवडत्या कामाला जा, असे सांगून स्वतः आजारी असूनसुद्धा मला आग्रहाने जायला लावले. अर्थात

त्यावेळेस घरातील दीर, जाऊ, नवरा, सासरेबुवा सगळ्यांनीच मला सहकार्य केले. त्यामुळेच मला निरनिराळ्या गोष्टी करता आल्या. ह्या कामाच्या अनुभवामुळे पुढे मी अनेक फॅशन शोची, ॲड फिल्मसची कामे केली. काही वर्षे मला फेमिनासारख्या प्रतिष्ठित मासिकात मॉडेल्सचा मेकअप, हेअरचे काम करण्याची संधी मिळाली. वेगवेगळ्या जाहिरातींसाठी तसेच फॅशन शोसाठी काम करण्याची संधी मिळत गेली. परंतु, **एक वेळ अशी आली की ग्लॅमरच्या ह्या क्षेत्रात काम करत पुढे जायचे, की दहा ते सहा ह्या वेळेत आपले पार्लर चालवून व्यवसायातच स्थिरस्थावर व्हायचे, ह्याचा विचार करण्याची आणि कुठले तरी एकच कार्यक्षेत्र निवडण्याची गरज निर्माण झाली. सर्व बाजूंचा विचार करून मी केवळ पार्लरवरच लक्ष केंद्रित करायचे ठरवले.** जेणेकरून मला घर-परिवाराकडे आणि मोठा होत जाणाऱ्या माझ्या मुलाकडे व्यवस्थित लक्ष देता येणार होते. अशा प्रकारे फार थोड्या कालावधीसाठी फॅशनच्या/ग्लॅमरच्या क्षेत्रात काम करायला मिळाले. परंतु, तरीही त्याकामाच्या अनुभवाचा मला भविष्यकाळात बराच उपयोग झाला. नववधूचे मेकअप करताना बरेच प्रयोग करता आले. अर्थात माझा ओढा जास्तीत जास्त नैसर्गिक दिसणारा मेकअप करण्याकडे असल्यामुळे मी ग्लॅमरच्या जगात शिकलेल्या युक्त्या वापरून खूप भडक मेकअप करण्याऐवजी नैसर्गिक मेकअप करायचे. त्यामुळे माझ्याकडे येणाऱ्या क्लायंटला असा मेकअप खूप आवडायचा. हेअरस्टाइल करताना नैसर्गिक फुलांचा वापर आवर्जून करायचे. त्यामुळे अशा हेअरस्टाइल्स सर्वांना खूप आवडत. अर्थात **कालांतराने अभिनेत्री अनुष्का शर्माने तिच्या लग्नात हेअरस्टाइल करताना गुलाबाच्या पाकळ्यांचा केलेला वापर बघून त्यानंतर प्रत्येक नववधू गजरे, फुलांचा वापर हेअरस्टाइलसाठी आवर्जून करू लागल्या. परंतु, मला मुळातच फुलांची खूप आवड असल्यामुळे मी आधीपासूनच कायमच कृत्रिम साहित्याऐवजी विविध रंगांची फुले, गजरे ह्याचा वापर करत असे.** कधीकधी एखादी नववधू मला गजरे अजिबात आवडत नाहीत, ते नका लावू म्हणून हट्ट करत असे. अशा वेळेस तिला आपल्या पारंपरिक साड्यांवर गजरे, फुलांमध्ये सजलेली नववधू अधिक आकर्षक, सुंदर दिसते, हे पटवून सांगायचे. मी तिला तयार करायचे, तेव्हा मनात थोडी शंका ठेवूनच ती तयार व्हायची. पण ती कार्यालयात गेल्यावर सगळ्यांकडून, विशेषतः होणारा नवरा, सासूबाई तिचे कौतुक करत, तेव्हा कुठे तिला आपण केलेली हेअरस्टाइल छान दिसते आहे, हे पटून ती खूश होत असे. परंतु, नंतर नैसर्गिक फुलांनी सजलेल्या नववधूचा जमाना आल्यामुळे आता मला नववधूला ते समजावताना जास्त कष्ट घ्यावे लागले नाही. मी विविध फुलांच्या साहाय्याने आकर्षक हेअरस्टाइल करण्याचा खूप आनंद मिळवला.

हर्बल मॅजिक

पार्लर चालवताना ब्युटी ट्रीटमेंट्समध्ये माझा ओढा कायम हर्बल ट्रीटमेंट्सवर असायचा. शक्यतो केमिकल ट्रीटमेंट्सचा वापर कमीतकमी करून नैसर्गिक साधन सामग्रीचा वापर करून क्लायंटच्या त्वचेची, केसांची काळजी घेऊन त्यांच्या आरोग्याची जपणूक करता येईल, अशाच हर्बल उत्पादनांचा वापर मी पार्लरमध्ये करायचे.

अगदी सुरुवातीला पार्लर सुरू केले, तेव्हा केस कुरळे करण्याची म्हणजे पर्मिंगची खूप फॅशन होती. बऱ्याच मुली/महिला आपले सरळ केस कुरळे करून घेण्यासाठी पार्लरमध्ये येत. ही प्रक्रिया करण्यासाठी तीन ते चार तास लागत. त्यानंतर घरीसुद्धा अशा केसांची बरीच काळजी घ्यावी लागायची. साधारण सात ते आठ महिने केस कुरळे राहत असत. दर महिन्याला आपल्या केसांची नैसर्गिक वाढ होत असते, तेव्हा डोक्यावर नवीन उगवणारे केस आणि पर्म केलेल्या केसांचे कॉम्बिनेशन थोडे दिवस फार विचित्र दिसायचे. क्लायंट्सच्या डोक्याची त्वचा नाजूक असेल, तर ही प्रक्रिया केल्यावर रासायनिक उपचार सहन न झाल्यामुळे केस गळत, तर काही क्लारंट्सचे केस खूप राठ होत. अशाच प्रकारचा अनुभव सरळ केस करायची फॅशन आली तेव्हा आला. म्हणजे एखाद्या कुरळे किंवा थोडेसे वेव्ही केस असणाऱ्या मुली/महिलांचे केस रासायनिक उपचार करून सरळ करत असू, तेव्हा सुरुवातीचे सात ते आठ महिने केस अतिशय छान दिसत. त्यामुळे त्या खूप खूश होत. परंतु, जस जसे नैसर्गिक केस यायला सुरुवात होई, तस तसे नवीन आलेले कुरळे केस आणि त्याखाली असणारे सरळ केस बघायला खूप विचित्र वाटायचे. अशा महिलांनी केस मोकळे सोडले, तर त्यांच्या डोक्यावर नैसर्गिक केसांचा भला मोठा पिसारा फुलत असे आणि पाठीवर मात्र सरळसोट केसांची टोके लोंबत असत. त्यामुळे असे केस बघायला खूप विचित्र वाटायचे. अशा रासायनिक उपचारांमुळे खूप जणींना केस गळणे, तुटणे, खूप कोरडे होणे अशा समस्यांनाही सामोरे जावे लागायचे. घरी केसांची योग्य काळजी न घेता आल्यामुळे केसांचे खूप नुकसान व्हायचे. 'तुमचे नैसर्गिक केस सुंदर आहेत, तुम्ही हे रासायनिक उपचार शक्यतो करू नका' असे मी कितीही सांगितले, तरी त्या त्या वेळच्या फॅशनच्या मोहात पडून त्या त्यांचे केस सरळ किंवा कुरळे करायला सांगत. त्यांच्या केसांचे होणारे नुकसान बघून मला मात्र खूप वाईट वाटायचे.

नावीन्याचा ध्यास किंवा वेगवेगळे प्रयोग करणे मला आवडे. परंतु, काही उपचारांमुळे

महिलांच्या आरोग्यावर परिणाम होत असेल, त्यांचे नुकसान होत असेल, तर अशा गोष्टी करणे, मग त्या व्यावसायिक दृष्टिकोनातून आर्थिक बाबतीत कितीही फायदेशीर होत असल्या तरी माझ्या मनात त्यांचे होणारे नुकसान, त्याचे दुष्परिणाम बघून खंत वाटत असे. शेवटी मी असे रासायनिक उपचार न करण्याचा निर्णय घेऊन टाकला. त्यामुळे मला खूप समाधान मिळाले. **कुणाचे नुकसान करून मग त्यापासून होणारा फायदा घेण्यात किंवा मनाला न पटणाऱ्या रासायनिक उपचारासारख्या सेवा देण्यात मला काही आनंद मिळत नव्हता. त्यामुळे असे मनाविरुद्धचे रासायनिक उपचार बंद करून मुली/महिलांसाठी जास्तीत जास्त नैसर्गिक उपचारांचा वापर करून त्यांचे सौंदर्य कसे खुलवता येईल ह्याकडे मी माझे लक्ष केंद्रित केले.**

मी असे रासायनिक उपचार करत नाही, म्हणून एकदा माझ्या नेहमीच्या क्लायंटच्या मुलीने तिच्या आईला सांगितले, की मी ह्या काकूंच्या पार्लरमध्ये जाणार नाही. कारण त्यांच्याकडे केसांवर विविध रंग लावणे, केस सरळ करणे अशा ट्रीटमेंट्स करत नाहीत, त्या मला हे सर्व करायला खूप विरोध करतात. खरे तर या मुलीचे केस कंबरेपर्यंत लांब, काळेभोर होते. मला ते इतके सुंदर केस रासायनिक उपचारामुळे खराब होतील याची काळजी वाटायची. म्हणून मी तिचे अगदीच थोडेसे वेव्ही असणारे केस एखाद्या समारंभापुरते आयनिंग मशीन वापरून थोड्या काळासाठी सरळ करून घे, तसेच केसांच्या टोकांनाच ब्लाँड कलर कर, असे सांगायचे. परंतु, तिला सतत वेगवेगळे रंग मुळापासून स्ट्रिक्स करून, तर कधी सगळ्याच केसांवर ब्राऊन रंग करून हवा असायचा. ती वयाने लहान असल्यामुळे इतक्या लवकर केसांवर रासायनिक उपचारांचा सारखा वापर करू नको, असे मी सांगत असल्यामुळे कदाचित ती बरेच दिवस माझ्याकडे पार्लरमध्ये आली नाही. काही कालावधीनंतर ती आईबरोबर पार्लरमध्ये आली असता, तिच्या आईने मला तिचे केस दाखवले, तेव्हा ते बघून मला धक्काच बसला. कमरेपर्यंत दाट काळ्याभोर केसांच्या जागी ब्राऊन रंगाने रंगवलेले, खांद्यापर्यंत कापलेले विरळ केस बघून मला काय बोलावे ते समजेना. फॅशनच्या वेडापायी तिने वेगवेगळ्या रंगाचा वापर केसांवर करत भरपूर प्रयोग केले होते. त्यामुळे केसांचा पोत, दाटपणा ह्यावर भरपूर दुष्परिणाम झाला होता. यावेळी मात्र ती म्हणाली, की 'मी आता तुमचे सगळे ऐकते, परंतु तुम्ही मला माझे केस पूर्वी होते तसे करून द्या, ही माझी विनंती समजा.' मी तिच्या भावना समजून घेत तिचे केस पूर्वीप्रमाणे करण्याचे प्रयत्न करू हे सांगितले. तिला घरी काय काय काळजी घ्यायची. आमच्या इथे येऊन कोणते उपचार करावे लागतील ते सांगितले. नैसर्गिक उत्पादने वापरून आणि योग्य तो आहार घेऊन तिच्या आणि आमच्या प्रयत्नांना एक-दीड वर्षात यश आले. तिला पुन्हा अगदी कमरेपर्यंत नाही, परंतु दाट, निरोगी केस मिळवून देता आले.

खरेच, कधीकधी एखाद्या फॅशनमुळे, तर कधी फॅशनचा अतिरेक करत योग्य अयोग्य गोष्टींची शहानिशा न करता केलेल्या ब्युटी ट्रीटमेंट्स काही वेळा आरोग्याच्या दृष्टीने घातक ठरू शकतात. ग्लॅमरच्या जगात वावरणाऱ्या अभिनेत्री कायम प्रकाश झोतात राहतात. बऱ्याच अभिनेत्री चेहऱ्यावर, केसांवर अनेक प्रयोग किंवा शस्त्रक्रियाही करतात. अर्थात त्यांच्या व्यवसायाच्या मागणीनुसार त्यांना तसे राहावे लागते. काही वेळा आवडत नसेल, तरी सौंदर्य उठून दिसावे म्हणून बऱ्याच गोष्टी कराव्या लागतात. परंतु, कालांतराने हे उपचार थांबवले जातात, तेव्हा त्यांच्या चेहऱ्यावर झालेले दुष्परिणाम दिसून येतात. तरुण दिसण्याच्या अट्टाहासापायी त्यांना शारीरिक मानसिक समस्यांना सामोरे जावे लागते. कारण **कुठल्याही गोष्टीचा अतिरेक वाईट परिणामच दाखवून जातो. अर्थात सगळेच रासायनिक उपचार वाईट असतात असे नाही. आपल्याला, आपल्या शरीराला रुचणारे आणि दुष्परिणाम नसणारे उपचार जरूर घ्यावे. परंतु, अंधानुकरन करू नये. त्यांचा अतिरेक टाळावा.** तुम्ही तुमच्या केसांच्या नैसर्गिक पोताप्रमाणे हेअरकट करा, वेगवेगळ्या हेअरस्टाइल करा, त्यात प्रयोग करा, परंतु रासायनिक उपचारांचा अतिरेक टाळा.

मला मुळातच नैसर्गिक गोष्टींची आवड असली, तरी माझ्याकडे गॅल्व्हनिक फेशियल असू दे किंवा केसांसाठी हायफ्रिक्वेन्सी ट्रीटमेंट्स असू दे, ह्या गोष्टी सुरुवातीला उपलब्ध असायच्या. ॲडव्हान्स कोर्स करताना मी त्या शिकले होते; परंतु काही दिवसानंतर ॲक्युप्रेशर, ॲरोमा थेरपी, स्पा थेरपी शिकल्यामुळे चेहऱ्यासाठी/केसांसाठी ह्या प्रक्रियांचा जास्त वापर करू लागले. शिवाय क्लायंटला ह्या उपचारांनी योग्य तो परिणाम मिळू लागल्यामुळे मग गॅल्व्हनिक फेशियल, हायफ्रिक्वेन्सी हे उपचार पूर्णपणे बंद करून पार्लरमध्ये फक्त नैसर्गिक पद्धतीनेच सौंदर्योपचार करण्यास सुरुवात केली. जास्तीत जास्त हर्बल उत्पादनांचा वापर केला, त्यामुळे क्लायंटलासुद्धा फायदा झाला, तसेच मलासुद्धा आपल्यामुळे कुणाचे नुकसान होत नाही ह्याचा आनंद झाला.

कलाकार असणाऱ्या चारुलता एकदा पार्लरमध्ये आल्या. त्या नेहमीच बाहेरगावाहून पुण्यात येतानाच मला आधी फोन करून अपॉइंटमेंट घेत आणि आल्यावर सौंदर्योपचार करून घेऊन छान फ्रेश होऊन जात. ह्या वेळेस त्या खूप दिवसांनी आल्या होत्या. आल्यावर त्यांनी त्यांचे केस दाखवले, ते बघून त्यांच्या मऊ मुलायम केसांच्या जागी राठ, कोरडे पडलेले केस बघून मी काय समजायचे ते समजले. नेहमी मी त्यांच्या थोड्याशा वेव्ही असणाऱ्या केसांचा त्यांना छान शोभून दिसेल असा लेअर कट करत असे. यावेळी त्यांनी सांगितले, की भाचीच्या आग्रहाखातर काहीतरी वेगळे करून बघण्यासाठी त्यांनी रासायनिक उपचार करून केस सरळ करून घेतले होते. परंतु, थोड्याच दिवसात त्या उपचारांच्या दुष्परिणामांमुळे त्यांचे केस कोरडे आणि राठ झाले. त्यामुळे त्या केसांबद्दल

खूपच हळव्या झाल्या होत्या. त्यांची समस्या पाहून मी त्यांच्या केसांवर स्पा उपचार करण्याचे ठरवले. काही दिवसांतच त्यांचे केस पूर्ववत झाले. त्यांना आलेल्या या अनुभवावरून त्या परत कधीही काहीही उपचार करून घ्यायला दुसरीकडे गेल्या नाहीत. आम्ही कायम हितकारक सल्ला तसेच नैसर्गिक उत्पादनांचा वापर करत असल्यामुळे नेहमीच त्या गावाहून पुण्यात आल्या की माझ्याकडे आवर्जून येत. जवळजवळ वीस वर्षे त्या माझ्या नियमित क्लायंट होत्या. कालांतराने त्या त्यांच्या सुनेलासुद्धा आमच्याकडेच घेऊन यायला लागल्या.

पॉझिटिव्ह वेव्हज

सीए असणाऱ्या आणि आयटी कंपनीत जॉब करणाऱ्या गायत्री बाकी सगळे सौंदर्योपचार साहाय्यक मुलींकडून व्यवस्थित करून घेत, परंतु फेशियल मात्र माझ्याकडूनच करून घेत. त्या नेहमी सांगत की 'मला तुमच्याकडून खूप 'पॉझिटिव्ह वेव्हज'चा (सकारात्मक लहरी) अनुभव येतो. त्यामुळे चेहऱ्याला मी तुमच्याशिवाय कोणालाच हात लावू देत नाही.' मी पार्लरमध्ये नसले तरी त्या मी येईपर्यंत थांबत असत. खरे तर आपले चांगले विचारच आपल्या कृतीतून, देहबोलीतून झिरपत असतात आणि यामुळेच आपल्या सान्निध्यात येणाऱ्या व्यक्तिला चांगल्या, सकारात्मक ऊर्जेचा अनुभव मिळत असतो. त्यामुळेच माझ्याकडे येणाऱ्या फिजिओथेरपिस्टसुद्धा मला असेच सांगत, की 'तुमचा हात चेहऱ्याला लागला, की खरेच खूप छान वाटते. सगळा ताणतणाव गायब होतो.' माझा आनंदी, ऊर्जेने भरलेला सकारात्मक दृष्टिकोन असलेला वावर त्यांना उत्साही करायचा आणि त्यांना छान अनुभव यायचा.

स्वान्त सुखाय

जिममध्ये ट्रेनर असलेल्या त्रिवेणी कायम मला म्हणत, की तुम्ही साहाय्यक मुली ठेवून त्यांच्याकडून काम करून घेऊन स्वतः घरी किंवा कुठे बाहेर न जाता कायम पार्लरमध्ये उपस्थित राहून साहाय्यक मुली सगळ्या क्लायंटचे काम व्यवस्थित करतात की नाही हे बघता हे खूप महत्त्वाचे आहे. तुमच्या इथली स्वच्छता, तत्पर सेवा योग्य आणि माफक किमतीत मिळतात. त्यामुळे आम्हाला नेहमी तुमच्याकडे यावेसे वाटते.

मुळात पार्लर चालवणे ही माझी आवड होती. त्यामुळे तिथे रोज येणे, काम करणे ही मला अत्यंत प्रिय गोष्ट होती. जी गोष्ट आपल्याला आवडते, ती आपण नेहमीच खूप आनंदाने, मन लावून करत असतो. माझा आनंद मला गवसला असल्यामुळे तो मिळवण्यासाठी मी कायम तत्पर असे.

ब्युटीपार्लरच्या व्यवसायानिमित्त मुली/महिलांना सौंदर्याचा 'साज' चढवताना चेहऱ्याच्या सौंदर्याबरोबरच विविध मनोवृत्तीचे दर्शन मला वेळोवेळी अनुभवता आले. नववधुच्या डोळ्याचा मेकअप करताना, तिच्या डोळ्यात भावी आयुष्याचे सुंदर स्वप्न दिसले, तर काही बोलक्या स्वभावाच्या मनोवृत्तीतून कुठलाही आडपडदा न ठेवणाऱ्या पारदर्शकी मनाचे लोभसवाणे दर्शन घडले. धीर-गंभीर वृत्तीच्या महिलेच्या मनातून डोकावणारा निरागस अवखळपणा सुखावून गेला, तर कधी हसऱ्या चेहऱ्याआड दडलेले नियतीच्या चटक्याने घायाळ झालेले मन मला अंर्तमुख करून गेले. माणसांतले माणूसपण अनुभवत, विविध प्रसंग, घटना मला माझ्या व्यवसायाच्या निमित्ताने जवळून अनुभवता आल्या.

पार्लर चालवताना अति व्यावसायिक दृष्टिकोन न ठेवता सामान्यातल्या सामान्य महिलेलासुद्धा सौंदर्याची निगा राखता यावी, उपचारांचा अनुभव आणि आनंद घेता यावा ह्या दृष्टिकोनातून माझ्याकडच्या काही सेवा अत्यंत माफक किमतीत उपलब्ध करून दिल्या होत्या. जेणेकरून त्यांनासुद्धा त्यांच्या मनातल्या इच्छापूर्तीचा आनंद मिळावा. त्यामुळे अशा कितीतरी महिला/मुली आमच्या इथे येत. त्यांना मिळालेल्या सौंदर्योपचारांमुळे खूप खूश होत. त्यांचे आनंदी चेहरे मला खूप समाधान देऊन जात. खूप पैसे मिळवावे हा माझा कधीच हेतू नव्हता, तर महिलांच्या सगळ्यात जिव्हाळ्याच्या 'सौंदर्य' या क्षेत्रात आपण आपले छान योगदान देत आहोत, ही गोष्टच मला खूप समाधान देणारी होती. त्यामुळे मला तळागाळातल्या महिला/मुली ते उच्चपदस्थ वेगवेगळ्या क्षेत्रात काम करणाऱ्या महिलांच्या आनंदात-दुःखात सहभागी होऊन

त्यांच्या अंतरंगात डोकावता आले. त्यामुळे मलासुद्धा विविध क्षेत्रातली माहिती मिळत गेली. वेगवेगळ्या वाटा आणि मार्ग दिसत गेले. जगातील घडामोडी कळत गेल्या. मला सामाजिक कार्याची आवड होतीच. पार्लरमध्ये येणाऱ्या माझ्या काही क्लायंट्समुळे मला सामाजिक काम करण्याची संधी मिळत गेली. काही वर्षे आठवी ते दहावीच्या शालेय मुलांना शिकवण्याची संधी मला एका स्वयंसेवी संस्थेत काम करणाऱ्या माझ्या क्लायंटमुळेच मिळाली. तसेच अंध विद्यार्थ्यांसाठी लेखनिक म्हणून काम करावे असे माझ्या बरेच दिवस मनात होते. ती संधीसुद्धा मला माझ्या क्लायंटमुळे मिळाली. यामुळे मला अनेक अंध विद्यार्थ्यांशी बोलता आले, त्यांचे प्रश्न जाणून घेता आले. त्यामुळे मी त्यांच्यासाठी वेगवेगळ्या मार्गांनी मदत करण्यासाठी अधिक प्रयत्न करू लागले.

सगळ्यात महत्त्वाचे म्हणजे माझी वाचनाची आवड मला माझ्या व्यवसायामुळे जपता आली. पार्लरमध्ये काम करताना अधेमधे जो थोडासा मोकळा वेळ मिळत असे त्या वेळात मी वाचन करून माझा छंद जोपासत असे. वाचनाच्या आवडीपोटी कितीतरी वाचनवेड्या क्लायंट्सबरोबर छान सूर जुळले. वेगवेगळ्या विषयांवर, पुस्तकांवर चर्चा करताना मानसिक समाधानाबरोबरच ज्ञानात भर पडत गेली. माझ्या वाचन वेडाला माझी एक क्लायंट मैत्रीण मला नेहमी म्हणत असे, तू 'स्वान्तः सुखाय'ची प्रक्रिया खूप छान प्रकारे स्वतःसाठी उपभोगतेस, आनंद घेतेस. ते खूप मोठे सुख तुझ्याजवळ आहे. खरेच किती छान सुखाची कल्पना मला तिने उलगडून दाखवली. **सुख मिळविण्यासाठी, आनंद मिळविण्यासाठी तर आपण सारखे धावत असतो. माझ्या ह्या काही छोट्या छोट्या सुखाच्या कल्पनांना, आनंदाच्या क्षणांना माझ्या व्यावसायिक कामानेच तर भरभरून ओंजळीत टाकले होते.**

=◉=

सार्थकता

शिक्षणाने आपल्याला मिळालेल्या ज्ञानाच्या, कौशल्याच्या आधारे आपण कार्यक्षेत्र निवडून आपल्या बुद्धीमत्तेचा, क्षमातांचा योग्य प्रकारे वापर करत आपले करिअर घडवत असतो. करिअर करताना पैसा, प्रतिष्ठा ह्या गोष्टी आपल्याला मिळतातच.

परंतु, त्यात यशस्वी होत आनंद, मनःशांती लाभली तर जीवनात अजून काय हवे? शेवटी प्रत्येक मनुष्य मात्र त्यासाठी तर धडपडत असतो.

माझा व्यवसाय सांभाळून मला स्वतःसाठी मिळत असलेल्या वेळेबद्दल मी खूप समाधानी होते. माझे छंद, घर-परिवार, सामाजिक काम ह्यातून मिळणारा आनंद मला जास्त मोलाचा वाटत होता. पुणे शहरातील छोट्याशा कोपऱ्यात माझ्या कामामुळे मला मिळालेली ओळख, ग्राहकांशी निर्माण झालेले मैत्रीपूर्ण भावबंध, भल्याबुऱ्या अनुभवांचे जगता आलेले क्षण, आजही आठवले तरी मनात समाधानाचे तरंग उमटतात. सतत मनापासून मेहनत करून ज्या गोष्टी आवडतील त्या आत्मसात करताना मिळालेला आनंदच माझ्यासाठी अमूल्य ठेवा होता. मानवाचा जन्म झाल्यापासून त्याचा जास्तीत जास्त सुख आणि आनंद कसा मिळवता येईल याचाच शोध सतत सुरू असतो. यश, किर्ती, पैसा मिळवण्यासाठी धडपड सुरू असते. कितीही मिळाले तरी ते कमीच असते, हे जाणूनच मी माझ्या आहे त्या परिघात सुखी, आनंदी होते.

सुखी, समाधानी राहण्यासाठी प्रत्येकाच्या कल्पना, कारणे वेगवेगळी असू शकतात. सुखी राहण्यासाठी आपल्याकडे अनंत कारणे असतात, पण आपण मात्र आपल्याकडे नसणाऱ्या गोष्टींसाठीच झुरत राहातो. आपल्याकडे असणाऱ्या असंख्य सुखाकडे कानाडोळा करत जगत राहतो. या अनंत सुखांना आपलेसे करत त्यांच्याशी दोस्ती करता आली, तर आपण खऱ्या अर्थाने सुखी होतो.

माझे कार्यक्षेत्र त्याचा परीघ जरी कमी असला, पैसा, प्रसिद्धी जरी कमी असली, तरी शेवटी करिअर करताना आपल्याला नक्की कशाला किती महत्त्व द्यायचे, प्रसिद्धी, पैशाच्या मागे धावताना किती आणि काय कमवायचे? थोडे फार कमीजास्त झाले तरी चालेल, परंतु ह्यापेक्षाही जीवनात नक्की काय कमवायचे? कशात आनंद, समाधान मिळवायचा हे वेळीच लक्षात आल्यामुळे मला माझे घर-परिवार, छंद जपत व्यवसाय करायचा हे लक्षात ठेवून व्यवसायाच्या कक्षा जास्त न रूंदावता मर्यादित स्वरूपात ठेवून त्यात सार्थकता मानत समाधानी राहिले.

आयुष्याच्या बिनभिंतीच्या शाळेत शिकलेल्या असंख्य धड्यांनी, व्यवसायाच्या निमित्ताने अनुभवलेल्या अनुभवांनी मनात रुजलेल्या सकारात्मकतेच्या बिजामुळे मी सतत चांगलाच विचार करते. चांगल्या गोष्टीवर मनापासून विश्वास ठेवते, सकारात्मकतेचे बीज अवतीभोवती रुजवत, इतरांचे जगणेही आनंदी करण्याचा प्रयत्न करते. चांगला विचार आणि आनंद दिल्यानेच वाढत जातो ह्यावर माझा पूर्ण विश्वास आहे, नव्हे अशी माझी श्रद्धाच आहे.

=◉=

ब्युटीटिप्स मस्ट ट्राय

स्त्री असो वा पुरूष आपण सुंदर आकर्षक दिसावे, असे प्रत्येकालाच वाटते. आपल्यातील तारूण्य अबाधित रहावे, ही भावना प्रत्येकाचीच असते. जगात सौंदर्य आहे म्हणून उत्साह, प्रेरणा आहे. सर्व प्राणिमात्रांना जीवनात धरून ठेवण्याचे आकर्षण सौंदर्यात आहे. म्हणून सौंदर्य हे हवेच पण त्यासाठी बाह्य सौंदर्यउपचाराबरोबर आपल्या आरोग्याचीही काळजी घेणे जास्त जरूरीचे आहे. जसजसे आपले वय वाढत जाते तसतसे आपल्या शरीरात बदल घडू लागतात. आपला चेहरा, शरीर हे आपल्याला आपण आतून किती सुदृढ, उत्साही आहोत याचे द्योतक असते.

आपले सौंदर्य, शरीरसंपदा टिकवून ठेवण्यासाठी रोज भरपूर पाणी पिणे, शुद्ध हवेत चालणे, चौरस आहार घेणे, आवडेल तो व्यायाम प्रकार नियमित करणे रोज पुरेशी झोप, विश्रांती घेणे या गोष्टी महत्त्वाच्या आहेत. शरीराबरोबरच मनाला ताजेतवाने ठेवण्यासाठी रोज करत असलेल्या प्रत्येक गोष्टीत नावीन्य आणण्याचा प्रयत्न करणेही जरुरीचे आहे. तसेच दिवसभरात थोडावेळ शांत बसत मनात प्रेरणा देणारे सकारात्मक

विचार आणणे सुद्धा जरूरीचे आहे.

तारुण्य टिकवण्यासाठी ऋतुमानानुसार आहार-विहार यावर नियंत्रण ठेवत नियमितपणे मनाचेसुद्धा आरोग्य कसे चांगले राहील, ह्याची काळजी घेणे सुद्धा तेवढेच महत्त्वाचे आहे. सौंदर्यतज्ज्ञ म्हणून काम करताना शरीराच्या बाह्य सौंदर्याची, व्यक्तिमत्त्वाची काळजी घेताना बाह्यकारी उपकरणांची जोड घेऊनच काम करावे लागते. परंतु खऱ्या अर्थाने मला वाटते साज शृंगार, सौंदर्यासाधना केवळ शरीराची गोष्ट नसून ती अंतर्यामीची घटना आहे. मनस्वी प्रसन्नता असल्यास केलेला साज शृंगार खुलून दिसतो. म्हणूनच गीतेत दुसऱ्या अध्यायात भगवान श्रीकृष्ण सांगतात की,

रागद्वेषवियुत्कैस्तु विषयानिन्द्रि यैश्वरन।
आत्मवश्यैर्विधेयात्मा प्रसादर्माधिगच्छति॥
प्रसादे सर्वदुःखानां हानिरस्योपजायते।
प्रसन्नचे तसो ह्याशु बुध्दिः पर्यावतिष्ठते॥
नासि बुध्दिरयुक्तस्य न चायुक्ततस्य भावना।
न चा भावायतः शांतिरशांतस्य कृतः सुखम्॥

गीताई - राग-द्वेष परी जाता आली हातात इंद्रिये
स्वामित्वे विषयी वर्ते त्यास लाभे प्रसन्नता
प्रसन्न ते, पुढे सर्व, दुःखे जाते झडूनिया।
प्रसन्नतेने बुद्धी स्थिरता शीघ्र होतसे॥
आयुक्तास नसे बुध्दी त्यामुळे भावना नसे
म्हणूनि न मिळे शांती शांती विण कसे सुख॥

आणि म्हणूनच मला असे वाटते वरकरणी कितीही साज-शृंगार, सौंदर्यसाधना केली तरी अंतर्यामीची प्रसन्नता नसेल तर तो फिका वाटेल. बाह्यसौंदर्यउपचारा बरोबरच मनाचीही प्रसन्नता जोपासणे तेवढेच आवश्यक आहे. एकदा मनाची, अंतर्यामीची प्रसन्नता फुलविली की बाह्यसौंदर्य आपोआपच खुलून दिसेल

साज शृंगार हा एक आनंदाचा, उत्सवाचा भाव आहे. शृंगार, सौंदर्यप्रसाधन केले जाते, तेव्हा केलेला शृंगार हा शृंगार नसून ते फक्त रंगवणे होईल. शरीर, वय, स्थळ, समय, प्रसंगानुरूप केलेली सौंदर्य प्रसाधना नेहमी परिणामकारक होते. त्यासाठी आपण काय केले पाहिजे? कशी काळजी घेतली पाहिजे हे पाहू या.

एखाद्या कार्यक्रमाला/समारंभाला जाताना आपण आपल्या दिसण्याविषयी अधिक जागरूक राहून, वेळ खर्च करून विशेष तयार होऊन तिथं जातो. एरवी रोजच्या धावपळीत मात्र आपण आपल्या दिसण्याची, शरीराची काळजी घेत नाही. सुंदर दिसावं, आपल्या सौंदर्याचं सर्वांनी कौतुक करावं असं प्रत्येकालाच वाटतं. पण त्यासाठी आपल्या नैसर्गिक सौंदर्याला झळाळी देण्यासाठी सतत कष्ट घ्यावे लागतात.

आपली त्वचा, केस कितीही छान असले तरी अवतीभवती वाढलेल्या प्रदूषणाच्या विळख्यात आपले सौंदर्य टिकवण्यासाठी निश्चितच थोडा वेळ द्यावा लागतो. त्यासाठी योग्य ते मार्गदर्शन आणि उपाय करण्यात सातत्य लागते. तेव्हा कुठे आपले सौंदर्य खुलून येते. अगदी रोज काही साध्या सोप्या गोष्टी आपण अंमलात आणल्या तर निश्चितच त्याचा फायदा दीर्घकाळ राहतो. साधे उदाहरण घ्यायचे झाले तर रोज चेहरा धुण्याबाबतसुद्धा प्रत्येकाच्या मनात असंख्य समज-गैरसमज असतात. कोणी चेहरा दिवसात एकदा किंवा दोनदा धुतात. तर काही दिवसातून ज्या-ज्या वेळेस शक्य होईल तेव्हा-तेव्हा चेहरा धुवत राहतात. आपण सकाळी एकदाच चेहरा धुतला आणि कामासाठी, व्यायामासाठी किंवा इतर काही कारणांसाठी अनेकदा घराबाहेर पडत असू आणि आल्यावर चेहरा तसाच घेऊन वावरलो तर त्याचा दुष्परिणाम चेहऱ्यावर लवकर दिसून येतो. अशा वेळेस बाहेरून आल्यावर चेहरा धुणे गरजेचे आहे. त्यामुळे चेहऱ्यावरील धूळ, घाण निघून जाण्यास मदत होते. पाण्याच्या स्पर्शाने आपल्याला छान ताजेतवाने वाटते.

काहीजण चेहरा जेव्हा-जेव्हा शक्य तेव्हा-तेव्हा धुवत राहतात. त्यामुळे चेहऱ्यावरील ऑईलचे प्रमाण कमी होऊन चेहरा कोरडा पडतो. ज्यांची त्वचा तेलकट आहे. अशा लोकांनी चेहरा तीन ते चार वेळेस धुतला तरी चालतो. परंतु कोरड्या त्वचेच्या लोकांनी वारंवार चेहरा धुवू नये.

सकाळी एकदा आणि बाहेरून घरात आल्यावर एकदा चेहरा धुतला गेलाच पाहिजे. आपल्या आरोग्यासाठी चेहरा धुणे ही प्रत्येकासाठी चांगली सवय आहे. काहींच्या कामाच्या परिस्थितीवरसुद्धा त्यांनी चेहरा कितीवेळा धुवावा हे ठरते.

आता आपण चेहरा धुताना काय वापरावं याविषयी जाणून घेऊ या. रोज आपण साबणाने चेहरा धुवत असाल तर ते योग्यच आहे; परंतु आपल्या कोरड्या, संवेदनशील, तेलकट त्वचेसाठी योग्य तो फेसवॉश वापरला तर त्याचा चांगला फायदा आपल्या त्वचेला मिळतो. साबणामुळे त्वचेला अतिकोरडेपणा येण्याची शक्यता असते. त्यामुळे आपल्या त्वचेतील आर्द्रता टिकवून ठेवण्यासाठी फेसवॉशचा वापर योग्य ठरतो.

बाजारात विविध कंपन्यांचे, खूप प्रकारचे फेसवॉश उपलब्ध आहेत. त्यामुळे फेसवॉश निवडताना आपला खूप गोंधळ उडतो. अशावेळेस फेसवॉशच्या ट्यूबवरील

घटक वाचून आपल्या त्वचेच्या प्रकारानुसार फेसवॉश निवडावा.

तुमची त्वचा कोरडी असेल तर त्वचेत जास्तीत जास्त आर्द्रता, ओलावा राहील अशा पद्धतीचा सौम्य फेसवॉश निवडावा. अल्कोहोल असलेले तसेच खूप सुगंधी फेसवॉश शक्यतो वापरू नये. कोरड्या त्वचेसाठी हिवाळ्यात क्रीमबेस फेसवॉश योग्य ठरतात, तर उन्हाळ्यात जेलबेस फेसवॉश वापरण्यास योग्य असतात. तसंच फ्रूटबेस असणारे फेसवॉशसुद्धा चांगले असतात. तेलकट त्वचा असणाऱ्यांनी जास्त फेस होणारे फेसवॉश वापरावेत. जेणेकरून चेहऱ्यावरील अतिरिक्त तेलकटपणा कमी होण्यास मदत होईल. ज्यांना चेहऱ्यावर मुरुमे, पिंपल्सचा त्रास आहे अशांनी नीम, तुलसी ॲलोवेरा (कोरफड) युक्त नैसर्गिक घटक असणारे फेसवॉश वापरावे. चेहरा धुवायच्या आधी आपले हात अगोदर धुवून घ्यावे, नंतर चेहरा पाण्याने ओला करावा जेणेकरून फेसवॉश लावल्यावर चेहऱ्यावर पसरण्यास सोपे जाईल. त्यानंतर हातावर थोडासा फेसवॉश आणि दोन-तीन थेंब पाण्याचे घेऊन मग चेहऱ्यावर फेसवॉश लावावा. साधारण दोन-तीन मिनिटे चेहऱ्यावर फेसवॉश व्यवस्थित चोळून नंतर धुवून टाकावा.

चेहरा धुतल्यावर स्वच्छ नॅपकिन किंवा टॉवेलने हलकाच पुसून काढावा, खूप जोरजोरात रगडून चेहरा पुसू नये. फेसवॉशमध्ये कुठलेही त्वचा गोरे करणारे घटक नसतात तर त्वचेवरील धूळ, घाण काढून त्वचा स्वच्छ करण्याचे काम फेसवॉशमुळे होते. त्यामुळे फेसवॉश निवडताना अल्कोहोलविरहित प्रकारचे योग्य असणारेच निवडावे.

मॉयश्चरायझर

आपल्या त्वचेवर हवामानाचा सतत परिणाम होत असतो. वेगवेगळ्या हवामान बदलानुसार त्वचेवर त्याचे दुष्परिणाम होत राहतात. हिवाळ्यात थंडीमुळे आपली त्वचा कोरडी, रखरखीत होते. तर उन्हाळ्यात घाम येतो. शरीरातील पाण्याचे प्रमाण कमी होते, त्यामुळे त्वचा कोरडी होते. बाह्यत्वचेतील आर्द्रता, मुलायमपणा टिकवून ठेवण्यास

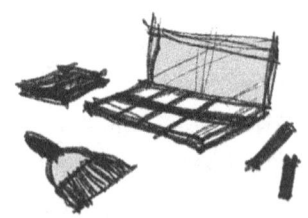

मॉयश्चरायझरमुळे मदत होते. त्यामुळे त्वचा मृदू, मुलायम होते.

मॉयश्चरायझर कोणते निवडावे? कसे लावावे? ह्याबाबत बऱ्याच जणांना योग्य ती माहिती नसल्यामुळे, चुकीच्या पद्धतीने ते वापरले जाते. कुठल्याही प्रकारची त्वचा असो, तिला हायड्रेट करण्यासाठी मॉयश्चरायझरचा वापर जरूर करावा. अंघोळीनंतर आपली त्वचा ओलसर, मऊ होते. तेव्हाच मॉयश्चरायझर लावणे योग्य असते. थोड्याशा ओलसर असलेल्या त्वचेवर ते पटकन पसरण्यास मदत होते. चेहरा, मान, हातपाय ह्याबरोबरच हाताचे कोपर, पायाचे घोटे, अशा खरखरीत भागांवरसुद्धा मॉयश्चरायझर व्यवस्थित लावावे, त्यामुळे तिथली त्वचा मऊ राहते.

कोरड्या त्वचेच्या व्यक्तींनी ऑइलबेस्ड मॉयश्चरायझरचा वापर करावा. ह्यामध्ये नैसर्गिक ऑइल असणारे घटक वापरलेले असतात. उदाहरणार्थ अवोकोडा, बदाम, ऑलिव्ह, शिआबटर त्यामुळे बाह्यत्वचेला योग्य प्रमाणात ओलावा मिळून त्वचा मुलायम राहण्यास मदत होते. तसेच अंतर्गत स्तरावर शरीरातील मॉयश्चरचे प्रमाण समतोल राखण्यासाठी भरपूर पाणी पिणे जरुरीचे आहे. तेलकट त्वचेच्या तसेच सामान्य त्वचेच्या व्यक्तींनी वॉटरबेस्ड मॉयश्चरायझरचा वापर करावा. ऑइलफ्री मॉयश्चरायझरमध्ये ग्लिसरीन ॲसिडचा समावेश असतो. ह्यातील कुठल्याही घटकाची जर आपल्याला ॲलर्जी किंवा त्रास होत असेल तर डॉक्टरांच्या सल्ल्याप्रमाणे मॉयश्चरायझरची निवड करावी.

मॉयश्चरायझरमुळे त्वचा मऊ, मुलायम राहते. हायड्रेट केल्यामुळे त्वचेचे पोषण होतं. त्वचा कायम तरुण, टवटवीत राहते. मॉयश्चरायझर त्वचेवर लावल्यास त्वचेत लगेच मुरले पाहिजे. नैसर्गिक वनौषधी व वनस्पतींचा अर्क वापरून बनवलेले मॉयश्चरायझर संवेदनशील त्वचेसाठी शक्यतो वापरावे. व्हिटॅमिन इ व ए असलेले, चांगल्या कंपन्यांचे मॉयश्चरायझर आपल्या त्वचेच्या प्रकारांनुसार वापरले तर त्याचा आपल्याला नक्कीच चांगला फायदा होतो.

सनस्क्रीन

उन्हात गेल्यामुळे बऱ्याचजणांची त्वचा खूप काळवंडते, टॅन होते. अशावेळेस सनस्क्रीनचा वापर करणे गरजेचे आहे. उन्हात जाण्यापूर्वी अर्धातास अगोदर सनस्क्रीन त्वचेवर लावले पाहिजे. नियमितपणे आपण सनस्क्रीनचा वापर करत असाल तर एसपीएफ पंधरा युक्त (सन प्रोटेक्शन फॅक्टर) सनस्क्रीन वापरा. परंतु जर आपण संपूर्ण दिवसभर सूर्यप्रकाशात राहूनच काम करत असाल तर अशावेळी एसपीएफ तीस युक्त सनस्क्रीनचा वापर करावा. जेणेकरून सूर्याच्या अतिनीलकिरणांमुळे त्वचेवर प्रभाव पडून त्वचा जास्त टॅन होत असेल तर त्यापासून संरक्षण मिळेल. तसेच आजकाल सनस्क्रीनयुक्त मॉयश्चरायझर, फाउंडेशन मिळत असल्यामुळे त्याचा वापरसुद्धा योग्य

ठरतो. अशावेळेस वेगळे सनस्क्रीन वापरण्याची गरज नाही. शक्यतो रसायनविरहित सनस्क्रीनचा वापर करणे योग्य ठरते. ज्यामध्ये फक्त टिटॅनियम डाऑक्साइड, आणि झिंकऑक्साईड असेल, ते सूर्याचे अतिनील किरण ग्रहण करत नसल्यामुळे त्वचा काळवंडण्यापासून वाचवते. काही सनस्क्रीनमध्ये केमिकलचा वापर केलेला असतो, तसेच हलक्या दर्जाच्या रसायनांमुळे कधी कधी त्वचेची जळजळ होते. त्यामुळे शक्यतो जळजळविरहित सनस्क्रीनचा वापर करणे योग्य ठरते. उन्हाळ्याच्या दिवसात सकाळी लावलेले सनस्क्रीन घामावाटे निघून जाते. त्यामुळे जास्तवेळ उन्हात काम करण्याची किंवा फिरण्याची आवश्यकता असेल, तेव्हा परत एकदा सनस्क्रीनचा वापर करावा. चांगल्या कंपनीचे दर्जेदार तसेच एसपीएफचे प्रमाण आणि सनस्क्रीन घटक बघूनच योग्य त्या सनस्क्रीन लोशनची निवड करावी. ड्राय स्किन, सामान्य त्वचा असणाऱ्यांनी क्रीमबेस सनस्क्रीन लोशन वापरावे. ऑइली-तेलकट त्वचा असणाऱ्यांनी जेलबेस, ॲक्वाबेस लोशनचा वापर करावा.

केस बळकट होण्यासाठी करा तेलाने मालीश

केसांना तेल लावावे किंवा नाही? कोणते तेल वापरावे? कशा पद्धतीने लावावे? 'केसांना तेल लावले की केस खूप चिपचिपित दिसतात. आमचे केस मुळातच खूप तेलकट आहेत. त्यामुळे आम्ही कधीही तेल लावत नाही' अशा प्रकारचे संवाद आणि प्रश्न मला पार्लरमध्ये नेहमीच ऐकायला मिळत. केसांना तेल लावणे, योग्य प्रकारे केसांचा मसाज करण्यामुळे केसांचे आरोग्य तर चांगले राहातेच, त्याचबरोबर आजकालच्या धकाधकीच्या ताणतणावाच्या जीवनशैलीमुळे मनावर, शरीरावर आलेल्या ताणापासून मुक्ती मिळते. केसांच्या मुळाशी रक्ताभिसरण चांगले होऊन केसांची छान वाढ होते.

अरोमाथेरपीच्या तेलाच्या वापरामुळे मनावरील ताण, केसांतील कोंडा कमी होण्यास मदत होतं, केसांचे आरोग्य सुधारून डोळ्यांनासुद्धा छान आराम मिळतो. केसांना तेलाने मसाज केल्यावर स्टीमरने वाफ द्यावी. जर स्टीमर नसेल तर गरम पाण्यात टॉवेल भिजवून केसांना पाच मिनिटे गुंडाळून ठेवावा. केसांना तेलाने मसाज केल्यानंतर बाजारात मिळणारा एखादा हेअरपॅक लावावा. त्यामुळे केसांचे आरोग्य नक्कीच

सुधारते. ब्राह्मीचा हेअरपॅक केसांच्या मुळांना लावल्यास शांत झोप लागते. मुळे मजबूत होऊन केसांची वाढ छान होते. मेनोपॉजमुळे बऱ्याच स्त्रियांचे केस खूप कोरडे होतात. अशावेळेस केसांना हेअरस्पाच्या क्रीमने मसाज केल्यास बराच फायदा मिळतो. केस मऊ, मुलायम होऊन केसांचा कोरडेपणा जाण्यास मदत होते. अतिव्यस्त दिनक्रमामुळे किंवा कामांच्या वेळांच्या अनियमिततेमुळे बऱ्याचजणांना केसांना तेल लावणे किंवा त्यांची निगा ठेवणे जमत नाही. अशावेळेस बाजारात उपलब्ध असणाऱ्या हेअरस्पा क्रीम केसांना व्यवस्थित लावून केस विंचरून पाच ते दहा मिनिटांनी केस धुतले तरी केसांचे आरोग्य चांगले राहण्यास मदत होईल. हे सगळे घरी करण्यास वेळ नसेल तर महिन्यातून एकदा पार्लरमध्ये स्पा ट्रीटमेंट घ्यावी. जेणेकरून मसाज मिळाल्यामुळे शरीर-मनाचे रिलॅक्सेशन होऊन केसांची निगासुद्धा राखली जाईल.

ज्यांचे केस तेलकट असतील त्यांनी केसांच्या टोकांना फक्त तेल लावावे व केस व्यवस्थित मुळांकडून केसांच्या टोकांपर्यंत पाच मिनिटे विंचरावे. जेणेकरून संपूर्ण केसांवर तेल व्यवस्थित पसरले जाऊन केसांचे छान कंडिशनिंग होईल. ज्यांचे केस कोरडे असतील त्यांनी आठवड्यातून दोनदा तरी केसांना तेलाने मसाज करावा. बदाम तेल, ऑलिव्ह ऑइल, कोकोनट ऑइलचा वापर केसांच्या मसाजसाठी उपयुक्त ठरतो. हिवाळ्यात खोबऱ्याचे तेल थोडेसे कोमट करून वापरावे.

आजकाल केस रंगवण्याचे प्रमाण वाढल्यामुळे डोक्याची त्वचा खूप कोरडी पडते. त्यामुळे केसांमध्ये कोंडा होणे, सतत डोक्यात खाज सुटणे, इचिंग होणे, केस गळणे अशा समस्या भेडसावू लागल्या आहेत. अशा वेळेस केसांना तेलाने मसाज करून एखादा हेअरपॅक केसांच्या मुळाशी लावला तर वरील समस्या दूर होण्यास मदत होते. बऱ्याच महिला केसांची मुळे थोडीशी जरी पांढरी दिसू लागली की लगेच केस रंगवायला सुरूवात करतात. असे वारंवार करत असाल तर केसांचे आरोग्य चांगले राहण्यासाठी केसांना तेलाने मसाज करून हेअरपॅकचा वापर करणे गरजेचे आहे.

- केसांना तेलाने आठवड्यातून किमान एकदा तरी मसाज करावा.
- थोड्याशा तेलात कापूर मिसळून लावल्यास केसांतील कोंडा कमी होतो.
- तेलकट केस असल्यास फक्त केसांच्या टोकांना तेल लावून केस विंचरावे जेणेकरून समप्रमाणात सगळीकडे तेल पसरले जाईल.
- चेहऱ्यावर पिंपल्स, मुरुमे असतील त्यांनी केस धुवायच्या अगोदर अर्धा तास हेअरस्पाचे क्रीम किंवा तेलाने मसाज करून केस लगेच धुवावे, जेणेकरून चेहऱ्यावर तेल पसरणार नाही.
- तुळस पावडर, नीम पावडर, कोरफड पावडर, आवळा पावडर, जास्वंद पावडर ह्यासारख्या आयुर्वेदिक पावडरपासून घरगुती लेप तयार करून त्यात थोडेसे तेल

मिसळून केसांच्या मुळांशी लावल्यास त्याचा चांगला फायदा होतो.

• लव्हेंडर, जोजोबासारख्या अरोमा ऑईलमुळे मनावरील ताण कमी होण्यास मदत होऊन केसांचे आरोग्य छान सुधारते.

केस विंचरण्याचे फायदे

जेव्हा क्लायंट पार्लरमध्ये केस कापण्यासाठी येत तेव्हा त्यांच्या केसांतील गुंता काढताना आमच्या नाकी नऊ येत असे. क्लायंट बऱ्याचदा फक्त वरवर केस विंचरून तशाच येत, त्यामुळे वरचे केस फक्त विंचरले जाऊन आतमध्ये केसांचा गुंता तयार होत असे आणि असा गुंता सोडताना केसांची मुळे दुखावली जाण्याची शक्यता निर्माण होते.

काही क्लायंट अगदी जोरजोरात केस विंचरत, त्यामुळे केसांची मुळे दुखावली जाऊन केस तुटण्याची शक्यता निर्माण होत असे. केस नक्की कशा प्रकारे विंचरावे? दिवसातून किती वेळेस विंचरावे? केस विंचरल्यामुळे काय फायदे होतात? हे आपण जाणून घेऊ या.

केस विंचरल्यामुळे मुळांशी रक्ताभिसरण छान होते त्यामुळे हेअर फॉलिकल कार्यरत होऊन केस वाढायला मदत होते. मुळांपासून व्यवस्थित केस विंचरल्यामुळे डोक्याच्या त्वचेवर / स्काल्पवर जो तेलकट थर असतो तो सगळ्या केसांवर सगळीकडे व्यवस्थित पसरल्यामुळे केसांचे कंडिशनिंग होते. कोरड्या केसांना त्यामुळे चांगला फायदा होतो. तसेच मुळांपासून केस विंचरल्यामुळे सिबॅशियस ग्लॅण्डस कार्यरत झाल्यामुळे नैसर्गिक तेल चांगल्याप्रकारे तयार होऊन सगळीकडे व्यवस्थित पसरले जाते.

केस विंचरताना एका बाजूला जाड दात व दुसऱ्या बाजूला बारीक दात असणारा कंगवा वापरावा. केस विंचरताना सुरुवातीला कंगव्याच्या जाड बाजूने करून कपाळापासून मागे केस विंचरत जावे. नंतर गुंता पूर्ण निघून केस व्यवस्थित मोकळे झाल्यावर बारीक बाजूने विंचरावे. जर खूप दाट केस असतील तर कंगव्याच्या जाड दात असलेल्या बाजूनेच सर्व केस विंचरावे. मागील बाजूस टाळूपासून मानेपर्यंत केस

व्यवस्थित विंचरावे तसेच डोके खाली करून मागच्या बाजूनेसुद्धा केस सगळीकडून व्यवस्थित विंचरावे. केस जास्त विरळ किंवा डोक्याची त्वचा नाजूक असेल तर ह्याच पद्धतीने पण हळुवारपणे केस पाच मिनिटे विंचरावे.

केस विंचरताना खूप जोरजोरात, ओढून विंचरू नयेत. त्यामुळे केसांची मुळे दुखावली जाऊन केस तुटण्याची शक्यतो असते. त्यामुळेसुद्धा बऱ्याच जणांचे केस गळतात. हळुवारपणे आपल्या डोक्याच्या त्वचेला झेपेल इतका दाब देत केस सगळीकडून व्यवस्थित पाच मिनिटे विंचरावे. अशा पद्धतीने दिवसातून तीन ते चार वेळेस केस विंचरल्यास त्याचे फायदे लवकरच आपल्याला दिसून येतात.

हाता-पायाचे आरोग्य, नखांची निगा

प्रत्येकालाच आपले हात-पाय सुंदर दिसावे असे वाटते. अर्धवट तुटलेली, पिवळी पडलेली नखे, भेगा पडलेल्या पायाच्या टाचा आपल्या सौंदर्यात-व्यक्तिमत्त्वात बाधा आणतात. त्यासाठी प्रत्येकानेच थोडासा वेळ काढून हाता-पायांच्या सौंदर्याची, आरोग्याची निगा राखली तर निश्चितच आपले हात-पाय सुंदर दिसतील. त्यासाठी ब्युटीपार्लरमध्ये मेनिक्युअर, पेडिक्युअरसारखे हातापायांची निगा राखण्यासाठीचे शास्त्रोक्त उपचार उपलब्ध असतात. परंतु, प्रत्येकालाच पार्लरमध्ये जाऊन उपचार घ्यायला वेळ आणि पैसा ह्या दोन्ही गोष्टींची सांगड घालायला जमतेच असे नाही. त्यासाठी आपण घरच्याघरीसुद्धा कमी वेळेत आणि कमी साहित्यामध्ये आपल्या हातापायांची काळजी घेत त्याची निगा राखून त्यांना सुंदर बनवू शकतो.

मेनिक्युअर

मेनिक्युअर म्हणजे हातांची काळजी. सर्वप्रथम नेलपेंट रिमूव्हरने नखांवरचे नेलपेंट व्यवस्थित काढून हात टबमध्ये कोमट पाण्यात पाच मिनिटे बुडवून ठेवावे. नंतर लुफा किंवा मऊ केस असलेला ब्रश घेऊन त्यावर साबण किंवा शॉवरजेल टाकून हातांवर/ नखांवर हलक्या हाताने घासावे. त्यानंतर उटणे किंवा बाजारात मिळणारा क्रीमबेस स्क्रब हातांवर घेऊन जेवढ्या प्रमाणात हाताच्या त्वचेला सहन होईल इतपत रगडून चोळावा. नंतर हात स्वच्छ पाण्याने धुवून, पुसून नखांची लांबी हवी तेवढी नेलकटरच्या साहाय्याने कापून नखांना नेलफाईलच्या मदतीने आकार द्यावा. त्यानंतर हातावर क्रीम लावून दोन्ही हातांचा मसाज करावा. मसाज केल्यानंतर हात पाच मिनिटे टॉवेलमध्ये गुंडाळून ठेवावे. यामुळे हातामध्ये क्रीम व्यवस्थित मुरले जाईल. त्यानंतर हात व्यवस्थित पुसून नखांवर आवडते नेलपेंट लावावे.

पेडिक्युअर

दिवसातले कित्येक तास आपल्या शरीराचा भार पावले सांभाळत असतात. उभे राहताना, काम करताना पायांची सारखी हालचाल होत असते. तर कधी पायांचा संबंध

धूळमातीशी येत असतो. त्यामुळे बऱ्याच जणांना पायाच्या भेगांचा त्रास जाणवतो. पायांना भेगा पडल्यामुळे रक्तप्रवाह खंडित होतो. त्यामुळेसुद्धा बऱ्याच जणांचे पाय दुखतात. पेडिक्युअर करताना मेनिक्युअरसारखीच सर्व कृती करावी. फक्त सर्वांत आधी पायांच्या टाचांना फुटस्क्रबरने घासून टाचेवरची मृत त्वचा काढून मगच टबमध्ये पाय बुडवावे. तसंच पायांना क्रीमने मसाज देताना थोडे जास्त क्रीम तळहातावर घेऊन टाचांना मसाज करावा जेणेकरून तिथल्या जाड त्वचेत क्रीम व्यवस्थित मुरून रक्ताभिसरण चांगले होऊन पायांना त्वरित आराम मिळतो. अशा पद्धतीने घरच्याघरी आपण थोडावेळ काढून हात-पायांची निगा राखू शकतो.

ज्यांना एवढेसुद्धा करायला वेळ नाही त्यांनी अर्धे कापलेले लिंबू किंवा टोमॅटोची फोड आणि साखर घेऊन त्याने नखांवर, हातापायाच्या त्वचेवर हळूहळू घासावी. नंतर हातपाय धुवून त्यावर डाळीचे पीठ आणि हळद याने बनवलेला पॅक पाच मिनिटे जरी ठेवला तरी तिथली मृत त्वचा निघून जाऊन हातपाय सुंदर दिसतील. आठवड्यातून एकदा पंधरा मिनिटे किंवा पंधरा दिवसातून एकदातरी प्रत्येकाने वेळ काढून सदैव आपल्या मदतीसाठी तत्पर असणाऱ्या या हातापायांचे लाड करून त्यांना मायेने, आस्थेने स्पर्श करत त्यांची काळजी घेत निगा राखावी. मग पाहाच तुम्ही केलेल्या प्रेमळ निगराणीने त्याचं सौंदर्य किती खुलते.

चेहऱ्याची निगा, फेशियल, फेस क्लिनिंग

आजकाल महिला प्रत्येक क्षेत्रात धडाडीने कर्तृत्व गाजवताना दिसू लागल्या आहेत. कुठल्याही क्षेत्रात काम करताना आपल्या ज्ञानाइतकाच व्यक्तिमत्त्वाचासुद्धा आपल्या यशात खूप मोठा वाटा असतो. नीटनेटके, चांगले राहिल्याने आपला आत्मविश्वास तर दुणावतोच शिवाय, त्याचबरोबर आपण जिथे काम करतो तिथे अवतीभोवतीचे वातावरणसुद्धा आपल्या चांगल्या व्यक्तिमत्त्वाने आनंदी आणि उत्साही राहते. त्यासाठी प्रत्येकानेच दैनंदिन जीवनातून थोडासा वेळ काढत आपल्या आरोग्याची, सौंदर्याची साधना केली पाहिजे.

कोणत्याही व्यक्तीच्या प्रत्यक्ष भेटीत त्या व्यक्तीचा चेहरा प्रथमदर्शनी आपल्या मनावर ठसतो. हसरा, टवटवीत चेहरा सगळ्यांच्याच मनावर राज्य करतो. तेच निस्तेज, गंभीर असलेला चेहरा आपल्या मनात नकळत त्या व्यक्तीबद्दल नकारात्मक, निरुत्साही भाव उत्पन्न करतो. त्यामुळेच मला वाटते की मनमोकळे हास्य हे जेवढे आपल्या चेहऱ्याला प्रसन्नता प्रदान करते त्याचबरोबर सतेज, निरोगी त्वचा आपल्या चांगल्या आरोग्याची ग्वाही देते. त्यासाठी निश्चितच फेशिअलसारखे सौंदर्य उपचार आपल्या शरीर-मनावर चांगला परिणाम करतात.

म्हणतात ना, चेहरा हा आपल्या मनाचा आरसाच आहे. आनंदी मनाचे प्रतिबिंब जणू आपल्या चेहऱ्यावर उमटत असते. अशा चेहऱ्याला जर सतेज, निरोगी कांतीचे वरदान लाभले तर आपल्या व्यक्तिमत्त्वाला चारचाँद लागलेच म्हणून समजा. प्रत्येकालाच सतेज, निरोगी कांतीचे वरदान जन्मतः लाभतेच असे नाही; पण आपण चेहऱ्याची नियमित काळजी घेतली तर त्याचा आपल्याला नक्कीच फायदा मिळून आपले व्यक्तिमत्त्व चारचौघांत उठून दिसते. चेहऱ्याची काळजी घ्यायची म्हणजे नक्की काय करायचे? चेहरा कितीवेळा धुवायचा? मॉयश्चरायझर, सनस्क्रीनचे महत्त्व त्याबद्दलची माहिती तर आपण जाणून घेतली आहेच. आता आपण फेशिअल, फेस क्लिनिंगद्वारे चेहरा तजेलदार, डागविरहित कसा करता येईल ते पाहू या.

दैनंदिन जीवनात ताणतणाव, प्रदूषण, हवामान बदलाचा आपल्या चेहऱ्याच्या त्वचेवर दुष्परिणाम होत असतो. बदलत्या जीवनशैलीमुळे डोळ्यांखाली येणारी काळी वर्तुळे, हार्मोनल बदल, सूर्याची अतिनील किरणे यामुळे त्वचेवर येणारे पिग्मेनटेशन चेहरा निस्तेज बनवते. त्यासाठी आपण घरच्याघरी किंवा ब्युटीपार्लरमध्ये जाऊन फेस क्लिनिंग तसेच फेशिअलसारखे चेहऱ्याला, मनाला ताजेतवाने करणारे सौंदर्य उपचार महिन्यातून एकदातरी जरूर करून घ्यायला हवेत. पार्लरमध्ये जायला जमत नसेल तर घरच्याघरीसुद्धा व्यस्त दिनक्रमातून स्वतःसाठी वेळ काढून सौंदर्य उपचार करावेत.

फेस क्लिनिंग

गृहिणी, विद्यार्थी किंवा बाहेर कामकाज करणाऱ्या महिला यांनी आपल्या व्यस्त दिनक्रमातून कमीतकमी १० मिनिटे वेळ काढून घरच्या घरी फेस क्लिनिंग करणे आवश्यक आहे. फेस क्लिनिंगने चेहऱ्यावर जमा होणारी मृत त्वचा, ब्लॅक हेड्स, व्हाईट हेड्स निघून जाऊन त्वचा तजेलदार बनते. त्यासाठी आपल्याला चांगल्या कंपनीच्या स्क्रबची आवश्यकता असते. कोरड्या त्वचेच्या व्यक्तींनी शक्यतो क्रीमबेस स्क्रब वापरावे तर तेलकट त्वचेच्या व्यक्तींनी जेलबेस स्क्रबचा वापर करावा.

सर्वप्रथम चेहरा व्यवस्थित ओला करून घेणे. त्यानंतर गालांवर, कपाळावर, मानेवर थोडेसं स्क्रब लावून हात चांगले ओले करून चेहऱ्यावर गोलाकार दिशेने हळुवार दाब देत स्क्रबने चोळावे. साधारणतः पाच ते दहा मिनिटे स्क्रब केल्यावर चेहरा स्वच्छ धुवून त्यावर बाजारात उपलब्ध असणारे कोरफडीचे जेल किंवा कुठल्याही फ्रुटजेलने पाच मिनिटे मसाज करावा. जेणेकरून त्वचेला आर्द्रता मिळून त्वचा मऊ, मुलायम होईल. त्याच्यानंतर चेहऱ्याच्या त्वचेच्या प्रकारानुसार फेसपॅक लावावा. ज्यांच्या चेहऱ्यावर मुरुमे आहेत अशा व्यक्तींनी शक्यतो स्क्रबिंगचा वापर टाळावा. तसेच डोळ्यांवर स्क्रब करू नये. पाच मिनिटे पॅक ठेवून चेहरा धुवून टाकावा.

ब्लीचिंग

ब्लीचिंग केल्यानंतर काही दिवसांनी आमचा चेहरा खूप काळा दिसतो. त्यामुळे चेहऱ्याला ब्लीचिंग करावे की नाही? असा प्रश्न पार्लरमध्ये मला वारंवार क्लायंट विचारत. खरंतर ब्लीचिंगमुळे चेहऱ्यावर काळ्या केसांची जी बारीक लव असते त्याचे रुपांतर सोनेरी रंगात होऊन चेहरा उजळ दिसतो आणि चेहऱ्याला तजेला प्राप्त होतो. त्याचा परिणाम साधारणत वीस ते पंचवीस दिवस राहतो. जसा त्याचा परिणाम कमी होऊ लागतो, तशी चेहऱ्यावरील लव मूळ रूपात दिसू लागते. त्यामुळे ब्लीचिंग केल्यानंतर थोड्या दिवसांनी चेहरा काळा पडतो असा काहीसा गैरसमज होतो.

मऊ, मुलायम, तजेलदार चेहरा दिसावा असं प्रत्येकालाच वाटतं. त्यामुळे एखाद्या कार्यक्रमप्रसंगी आपण ब्लीच करून चेहऱ्याला तजेला आणि उजळपणा देऊ शकतो. ब्लीच करताना सर्वप्रथम चेहरा पाण्याने स्वच्छ धुवून कोरडा करून त्यावर मॉयश्चरायझर किंवा एखादे प्री-ब्लीच क्रीम लावून घ्यावे त्यानंतर ब्लीचिंग क्रीम लावावे. ब्लीच केवळ दहा ते पंधरा मिनिटे चेहऱ्यावर ठेवल्यावर चेहरा थंड पाण्याने धुवावा. त्यानंतर चेहरा मुलायम कापडाने स्वच्छ पुसून झाल्यावर चेहऱ्यावर पोस्ट ब्लीच क्रीम लावावे. ब्लीच लावल्यावर चेहऱ्याची जळजळ होत असेल तर त्वरित चेहऱ्यावरिल ब्लीच काढून टाकून चेहरा थंड पाण्याने धुवून त्यावरून बर्फ फिरवावा नंतर एखादे मसाज क्रीम चेहऱ्यावर हलक्या हाताने लावावे. त्यामुळे त्वचेची जळजळ, आग कमी होण्यास मदत होईल. खूप कोरडी त्वचा किंवा पिंपल्स असलेली त्वचा तसेच संवेदनशील त्वचा असणाऱ्यांनी ॲक्टिव्हेटरचे प्रमाण कमी ठेवूनच ब्लीचिंग करावे.

पार्टीला किंवा लग्नाला जायचं असेल आणि आपल्याकडे कमी वेळ असेल तेव्हा चेहऱ्यावरील ग्लोसाठी आणि बारिक केस झटपट लपविण्यासाठी ब्लीचिंगचा पर्याय योग्य ठरतो.

ब्लीच केवळ चेहऱ्यावरच नाही तर गळ्यावर आणि मानेवरही लावावे, जेणेकरून त्वचेचा रंग एकसारखा दिसेल. ब्लीच लावण्यासाठी मुलायम ब्रशचा वापर करावा. ब्रशमुळे ब्लीच योग्य प्रकारे त्वचेवर लागेल. चेहऱ्यावरील नको असलेले केस लपविण्यासाठी तसेच लगेच ग्लोइंग स्किन मिळविण्यासाठी ब्लीच हा सर्वात चांगला, सोपा आणि फायदेशीर पर्याय मानला जातो.

फेशियल

फेशिअलमुळे चेहऱ्याची त्वचा तजेलदार, सतेज तर होतेच शिवाय मसाजमुळे मनावरचा ताणसुद्धा हलका होण्यास मदत होते.

सर्वप्रथम चेहरा स्वच्छ धुवून चेहऱ्यावर क्लीन्सिंग मिल्कने गोलाकार दिशेत हाताने दोन ते तीन मिनिटे मसाज करून चेहऱ्याला वाफ द्यावी. त्यानंतर कापसाच्या साहाय्याने ब्लॅक हेड्स, व्हाईट हेड्स काढावी. गालांवर, कपाळावर, मानेवर क्रीम लावून चेहऱ्याला मसाज द्यावा. डोळ्यांनासुद्धा घड्याळाच्या दिशेप्रमाणे आणि विरुद्ध दिशेने वर्तुळाकार मसाज द्यावा. साधारणतः दहा मिनिटे क्रीमने मसाज दिल्यानंतर त्वचेच्या प्रकारानुसार फेसपॅक लावून डोळ्यांवर गुलाबपाण्याच्या घड्या ठेवाव्यात.

घरच्याघरी अशी काळजी घेऊन आपण चेहऱ्याचे सौंदर्य वाढवू शकतो; परंतु मनावरचाही ताण हलका करण्यासाठी कधीतरी जमत असेल तेव्हा किंवा नियमितपणे स्वतःचे लाड करून घेण्यासाठी ब्युटीपार्लरमध्ये जाऊन शास्त्रोक्त पद्धतीने फेशिअल करून घेतले तर आपल्याला त्याचा जास्त लाभ मिळून चेहऱ्याचे सौंदर्य जपले जाईल.

मेकअप

कुठलाही सण-समारंभ असो नाहीतर रोजच्या आयुष्यातला कुठलाही खास दिवस असो. अशावेळी मेकअप करून आपले व्यक्तिमत्त्व, सौंदर्य खुलून दिसण्यासाठी महिला-मुली खास तयार होताना दिसतात.

मेकअप करणे खरेतर एक कला आहे. प्रत्येकीला ही कला अवगत असेलच असे नाही; परंतु आजच्या आधुनिक युगात आपले ज्ञान, शिक्षणाबरोबरच आपले व्यक्तिमत्त्व उठावदार दिसण्यासाठी प्रत्येकीला थोड्याफार प्रमाणात मेकअपच्या साधनांविषयी, योग्य पद्धतीने मेकअप करण्याच्या पध्दतीबदल माहिती असायलाच हवी.

मेकअपच्या साधनांविषयी जाणून घेताना बाजारात मिळणाऱ्या विविध कंपन्यांच्या प्रॉडक्ट्समधून योग्य ते प्रॉडक्ट्स आपल्या रंगानुसार, त्वचेच्या प्रकारानुसार निवडले तर मेकअप केल्यावर त्याचा परिणाम नक्कीच चांगला होईल. बरेचवेळेला योग्य प्रॉडक्ट्स कसे निवडावेत, याची व्यवस्थित माहिती नसल्यामुळे चुकीचे प्रॉडक्ट वापरले जाते. त्यामुळे मेकअप बिघडण्याची शक्यता निर्माण होते आणि आपल्याला हवा तसा परिणाम साधता येत नाही. चांगला मेकअप होण्यासाठी योग्य प्रॉडक्ट्स निवडणे सुद्धा खूप गरजेचे आहे. तसेच कोणत्या समारंभासाठी आपण मेकअप करणार आहोत, तसेच समारंभाची वेळ लक्षात घेऊन त्यानुसार मेकअप हलकासा किंवा उठावदार करायचा हे ठरवावे. आपण काय पेहराव करणार आहोत, हे लक्षात घेऊन त्यानुसार नेहमी मेकअप करावा. वस्त्रे परिधान करण्यापूर्वी मेकअप करणे केव्हाही योग्य ठरेल. मेकअप करण्यापूर्वी चेहरा व्यवस्थित धुतलेला हवा, त्यासाठी चांगला फेसवॉश वापरावा.

कोरड्या त्वचेसाठी मेकअपपूर्वी मॉइश्चरायझर लावावे. ज्यांची त्वचा तेलकट आहे त्यांनी प्रथम ॲस्ट्रिजंट लावावे. उन्हाळ्यात मेकअपपूर्वी चेहऱ्यावरून बर्फ फिरवावा. त्यामुळे घाम येण्याचे प्रमाण कमी होऊन मेकअप दीर्घकाळ टिकण्यास मदत होते.

चला तर मग जाणून घेऊयात मेकअपच्या साधनांविषयी-

प्रायमर

मेकअप करतानाची पहिली पायरी म्हणजे चेहरा व्यवस्थित स्वच्छ धुतलेला हवा. चेहरा स्वच्छ धुतल्यानंतर मॉइश्चरायझर लावावे. मग त्यानंतर प्रायमर लावावे. प्रायमरमुळे चेहऱ्यावरील खड्डे, छोटी छोटी छिद्रे बुजवण्यास मदत होऊन चेहऱ्याला छान एकसारखा लुक मिळतो. प्रायमरमुळे चेहऱ्याला मेकअपसाठी बेस मिळतो. प्रायमर लावल्यावर लगेचच फाउंडेशन लावायची घाई न करता थोड्यावेळाने फाउंडेशन लावावे. तेलकट त्वचेसाठी मॅट प्रायमर वापरावा. कोरडी त्वचा असणाऱ्यांनी जेलबेस प्रायमरचा वापर करावा.

कंसीलर

चेहऱ्यावरील डाग, व्रण, लाल चट्टे, डोळ्यांखालची काळी वर्तुळे, पिंपल लपविण्यासाठी कंसीलरच्या शेड्सचा वापर करावा.

फाउंडेशन

मेकअप करताना सर्वात महत्त्वाचा घटक म्हणजे फाउंडेशन. आपला मेकअप बेस जर चांगला झाला तर नक्कीच आपल्या सौंदर्याला चार चाँद लागलेच म्हणून समजा. फाउंडेशनची शेड नेहमी आपल्या त्वचेच्या रंगाशी मिळतीजुळती निवडावी. कोरडी त्वचा असणाऱ्यांनी ऑईलबेस फाउंडेशन निवडावे तर ज्यांची त्वचा तेलकट आहे त्यांनी मॅट फाउंडेशन निवडावे. आपल्या हाताच्या त्वचेवर थोडेसे फाउंडेशन लावून ते व्यवस्थित ब्लेंड झाले तरच असे फाउंडेशन आपण निवडू शकता. जेणेकरून आपला मेकअप बेस व्यवस्थित आणि चांगला दिसेल.

कॉम्पॅक्ट

आपल्या मेकअपचा बेस फाउंडेशन लावून तयार झाल्यावर त्यावर कॉम्पॅक्ट किंवा ट्रान्स्लुसेंट पावडरने आपण मेकअप व्यवस्थित करू शकतो. त्यामुळे चेहऱ्यावर सगळीकडे एकसारखेपणा दिसून येतो. कंसीलर आणि फाउंडेशनला मिळतीजुळती ट्रान्स्लुलेंट पावडरची शेड निवडावी.

आयब्रोपेन्सिल

भुवया दाट आणि आकर्षक शेपमध्ये करण्यासाठी आयब्रोपेन्सिलचा उपयोग होतो. ब्राऊन, ब्लॅक, ग्रे रंगाच्या पेन्सिलमधून आपल्या भुवयांच्या केसांच्या रंगांशी जुळणारी पेन्सिलची शेड निवडून त्याचा वापर करावा. प्रत्येकवेळेस भुवयांना आकार देण्यासाठी गडद काळ्या रंगाच्या पेन्सिलचा वापर न करता कधी तरी चॉकलेटी, राखाडी रंगाच्या पेन्सिलचा सुद्धा वापर करून पहायला काही हरकत नाही.

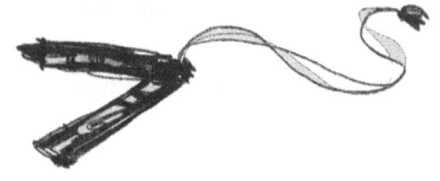

आयलायनर

असं म्हणतात, न बोलता ही आपल्या मनातले भाव आपले डोळे सांगत असतात. जणूकाही मनातल्या भाव-भावनांचे चित्रच डोळ्यात उमटलेले दिसते. त्यामुळे चेहऱ्याचा मेकअप करताना डोळ्यांचे सौंदर्य खुलविण्यासाठी काजळ पेन्सिल, लिक्वीड आयलायनरचा वापर खूपच उपयुक्त ठरतो. डोळ्यांना वेगळा लुक देण्यासाठी तुम्ही नेहमीपेक्षा हटके निळा, गडद हिरवा किंवा इतर कलर आयलायनरचा वापर करू शकता. लिक्वीड आणि पेन्सिलच्या स्वरूपात आयलायनर बाजारात मिळते. आयलायनरमुळे डोळ्यांना छान शेप मिळतो. वॉटरप्रुफ आयलायनर वापरल्याने त्याचा दीर्घकाळपर्यंत आपल्याला फायदा मिळतो.

आयलायनर किंवा काजळ पेन्सिलचा वापर केल्यावर डोळे चोळणे तसेच डोळ्यांना वारंवार हात लावू नये.

ज्यांना सुरुवातीला लिक्वीड आयलायनरचा वापर करताना त्रास होत असेल तर त्यांनी पेन्सिल आयलायनरच्या साह्याने प्रॅक्टिस करून लिक्वीड आयलायनर लावण्यात सहजता आणू शकता. सुरुवातीला आयलायनर लावताना डोळे स्थिर ठेवण्यात अडचण आली तरी हळूहळू प्रॅक्टिस करून डोळे स्थिर ठेवण्याची सवय झाली की आपण आयलायनर योग्यप्रकारे लावू शकता.

मस्कारा

घनदाट, लांबसडक पापण्यांनी डोळ्यांचे सौंदर्य जास्त खुलून दिसते. आपल्या पापण्या पातळ आणि लहान असतील तर आपण मस्काराच्या साह्याने त्यांना दाट आणि सुंदर करू शकतो. मस्कारा लावताना सगळ्यांत आधी पापण्यांच्या केसांना कर्लरच्या साह्याने योग्य तो आकार देऊन मगच मस्काराचा एक किंवा दोन कोट द्यावा. काळा, निळा, चॉकलेटी रंगाचा मस्कारा आपण आपल्या आवडीप्रमाणे वापरू शकतो. आपण जर जास्त मेकअप करू इच्छित नसाल तर फक्त चॉकलेटी रंगाच्या मस्काराने पापण्यांचे सौंदर्य खुलवू शकता.

आयशॅडो

डोळ्यांचे सौंदर्य खुलवण्यासाठी जेवढा वाटा आयलायनर आणि मस्काराचा आहे तेवढाच वाटा आयशॅडोचा सुद्धा आहे. आयशॅडो वापरल्याने डोळ्यांचे सौंदर्य व्दिगुणित होते. आपल्या त्वचेच्या रंगसंगतीनुसार, कार्यक्रमाच्या वेळेप्रमाणे, आपल्या कपड्यांच्या, पेहरावाच्या रंगाप्रमाणे आयशॅडोची निवड करू शकता.

सावळ्या त्वचेवर गोल्ड, कॉपर, ब्राऊन कलरच्या आयशॅडोचा चांगला परिणाम मिळतो. गोऱ्या रंगाच्या त्वचेवर लाल, हिरवा, गुलाबी, निळा, जांभळा असे विविध रंग आपण वापरू शकतो. अर्थात आपण आपल्या आवडीप्रमाणे काळवेळ पाहून

कपड्यांच्या रंगसंगतीनुसार सुद्धा आयशॅडोच्या विविध रंगांचा वापर करून डोळ्यांचे सौंदर्य खुलवू शकतो. क्रीम, लिक्वीड तसेच पाऊडरच्या स्वरूपात आयशॅडोच्या विविध शेड्स बाजारात उपलब्ध असतात.

लिपस्टिक

लिपस्टिकमुळे आपण केलेल्या मेकअपला एक कंम्प्लिट लुक प्राप्त होतो. डोळ्यांचा मेकअप जर हलका केला असेल तर ओठांवर थोडी डार्क शेडची लिपस्टिक वापरू शकता. डोळ्यांचा मेकअप जर हेवी केला असेल तर शक्यतो लिपस्टिकची शेड लाईटच निवडावी. नेहमी ब्रशच्या साह्यानेच लिपस्टिक लावावी. ओठांना आकर्षक फिनिशिंग टच द्यायचा झाल्यास लिपस्टिक लावल्यावर ओठांच्या मधोमध हलकी शाईन करणारी एखादी लिपस्टिक किंवा लिपग्लॉसची शेड वापरावी.

लिपस्टिक जास्त वेळ टिकून राहण्यासाठी ओठांना अगोदर लिपबामने मॉईस्ट करून नंतर त्यावर फाउंडेशनचा हलकासा एक लेअर देवून, पेन्सिलने ओठांना आऊटलाईन करून मगच लिपस्टिक लावावी. सावळ्या रंगाच्या त्वचेवर खूप लाईट शेडच्या लिपस्टिक आकर्षक दिसत नाहीत. लिपस्टिक निवडताना आपल्या हातावर थोडी लावून पाहून मगच निवडावी. आजकाल मॅट, ग्लॉसी प्रकारात विविध रंगांच्या लिपस्टिक शेड्स बाजारात उपलब्ध आहेत.

ब्लशऑन

ब्लशरमुळे आपल्या मेकअपला एकदम फ्रेश लूक मिळतो. क्रीम व पावडरच्या स्वरूपात ब्लशऑनच्या शेड्स असतात.पावडर ब्लशऑन ब्रशच्या साहाय्याने लावावे तर क्रीम ब्लशऑन बोटांच्या साहाय्याने लावावे. ब्लशऑन लावल्यावर चिकबोन्स हायलाईट करण्यासाठी हायलायटरचा वापर आपण करू शकतो. त्यामुळे मेकअप अधिकच खुलून दिसतो.

आजकाल मेकअप करताना बीबी क्रीम किंवा सीसी क्रीमचा वापर होताना दिसून येतो. बीबी क्रीम, सीसी क्रीम, फाउंडेशन, कंसीलर ह्यातला नक्की फरक काय आहे? हे जाणून घेऊयात.

सीसी क्रीम हे जरी फाउंडेशनसारखे असले तरी ते फाउंडेशन बिलकुल नाही. सीसी क्रीम म्हणजे 'कलर करेक्शन क्रीम' हे आपण रोज ऑफिस किंवा कॉलेजला जाताना लावू शकतो.त्यामुळे चेहऱ्याचा रंग एकसारखा दिसून चेहऱ्याला नैसर्गिक आणि सुंदर लुक मिळतो.

बीबी क्रीम म्हणजे ब्लेमीश क्रीम किंवा ब्युटी बाम म्हणून वापरले जाते. त्यामुळे चेहऱ्यावरील पिग्मेंटेशनचे डाग, पॅची स्किन लपविण्यासाठी मदत होते तसेच बीबी क्रीमच्या नियमित वापरामुळे त्यामध्ये असलेल्या व्हिटॅमिन सी, ई आणि ए हे घटक

अ‍ॅन्टीएजींग एलिमेंटप्रमाणे काम करतात. त्यामुळे चेहरा अधिक टवटवीत आणि सुंदर चिरतरूण राहण्यास मदत होते.

फाउंडेशन मेकअपच्या बेसचे काम करते तर कंसीलरमुळे चेहऱ्यावरील डाग, खड्डे, रेड पॅचेस लपविण्यासाठी मदत होते.

=◉=